முறிந்த சிறகுகள

கலீல் ஜிப்ரான்

தமிழில்:
கவிஞர் புவியரசு

கண்ணதாசன் பதிப்பகம்

23, கண்ணதாசன் சாலை
தியாகராய நகர், சென்னை 600 017
போன் 2433 2682 / 2433 8712
கோவை | மதுரை | பாண்டி

முதல் பதிப்பு : ஜனவரி, 1994
ஒன்பதாம் பதிப்பு : ஜூலை, 2015
பத்தாம் பதிப்பு : மார்ச், 2022

Copyright © Kannadhasan Pathippagham. All Rights Reserved

E-mail: sales@kannadasan.co.in
Our Website: www.kannadasan.co.in

பதிப்பாசிரியர்: காந்தி கண்ணதாசன்

எச்சரிக்கை

காப்பிரைட் சட்டத்தின் கீழ் பதிவு பெற்றுள்ள இந்நூலில் இருந்து எப்பகுதியையும் முன் அனுமதியின்றி பிரசுரிக்கக்கூடாது. தவறினால் சிவில், கிரிமினல் சட்டங்களின்படி நடவடிக்கை எடுக்கப்படும்.

- காந்தி கண்ணதாசன் பி.ஏ., பி.எல்.,

This book is originally published in English as **Broken Wings** by Khalil Gibran.

No Part of this book may be reproduced or transmitted in any form or by any means electronic or mechanical including photocopying or recording or by any information storage and retrieval system without permission in writting from Gandhi Kannadhasan, B.A., B.L., Chennai.

Price Rs.:110/-

MURINTHA SIRAGUGAL - Tamil

- Written By : Kahlil Gibran
- Translated By : Kavingar Puviyarasu
- Tenth Edition : March, 2022
- Publishing Editor : **Gandhi Kannadhasan**
- Published By : **Kannadhasan Pathippagham**
  23, Kannadhasan Salai,
  Thiyagaraya Nagar, Chennai - 17.
  Ph: 044-24332682 / 8712 / 98848 22125

ISBN: 978-81-8402-152-3

Our Branches :

- No: 1212, Range Gowder Street, **Coimbatore** - 641001
  ☎ : 0422 - 4980023 / 98848 22139
- No.1, Annai Complex, III Street, Vasantha Nagar, **Madurai**-625 003.
  ☎ : 0452 - 4243793 / 98848 22126
- No. 37, Bharathy Street, **Puducherry** - 605 001.
  ☎ : 0413 - 4201202 / 98848 22128

Printed at : Kannadhasan Pathippagham

பொருளடக்கம்

முன்னுரை 3

1. மௌனத்துயர் 7

2. விதியின் கை 11

3. கோயில் வாயில் 16

4. வெள்ளைத் தீப்பந்தம் 22

5. புயல் 26

6. அக்கினி ஏரி 40

7. மரணச் சிம்மாசனத்திற்கு முன்னால் 60

8. கிறிஸ்துவுக்கும் இஸ்தாருக்கும் இடையில் . . . 77

9. தியாகம் 84

10. மீட்பர் 95

முன்னுரை

அப்போது எனக்குப் பதினெட்டு வயது. காதல், தன் மந்திர ஒளிக்கதிர்களால் என் கண்களைத் திறந்ததும், தன் கூரிய நெருப்பு விரல்களால் என் ஆன்மாவைத் தொட்டதும் அப்போதுதான். தன் அழகினால் என்னை உயிர்ப்பித்த முதல் பெண் செல்மா கராமி. அவள் என்னைத் தன் உயர்ந்த பாசப் பூங்காவுக்கு அழைத்துச் சென்றாள். அங்கே, பகல்கள் கனவுகளாய்க் கழிந்தன; இரவுகள் திருமணங்களாய் நகர்ந்தன.

தன் அழகினால், அழகை ஆராதிக்கக் கற்றுக் கொடுத்தவள் செல்மா. அவள் தன் பாசத்தால், காதலின் இரகசியங்களை எனக்கு வெளிப்படுத்தினாள். உண்மையான வாழ்வின் கவிதையை முதன்முதலாக அவள்தான் எனக்குப் பாடிக் காட்டினாள்.

ஒவ்வொரு மனிதனும் தன் முதற் காதலை நினைத்துக் கொள்கிறான்; அந்த அபூர்வ நேரத்தைத் திரும்ப நினைவுக்குக் கொண்டு வருகிறான். அந்த நினைவு, அவனது ஆழமான உணர்வுகளை மாற்றி விடுகின்றது; எத்தனையோ

கசப்புகள் இருந்தாலும், அவனை ஆனந்தத்தில் ஆழ்த்தி விடுகின்றது.

ஒவ்வொரு இளைஞனின் வாழ்விலும் ஒரு 'செல்மா' இருக்கிறாள். அவனது வாழ்வின் வசந்த காலத்தில் அவள் திடீரெனத் தோன்றுகிறாள். அவள், அவனது தனிமையை, மகிழ்ச்சிக் கணங்களாகச் செய்து, அவனது ஏகாந்த இரவுகளை இசையால் நிறைத்து விடுகிறாள்.

செல்மாவின் உதடுகள் என் செவிகளில் காதலை உச்சரித்தபோது, நான் ஆழ்ந்த சிந்தனையிலும், தியானத்திலும் மூழ்கிப் போய், இயற்கையின் பொருளைத் தேட ஆரம்பித்தேன்; புத்தகங்கள் மற்றும் புனித நூல்களின் உட்பொருளை உணர ஆரம்பித்தேன்.

செல்மா, என் முன்னே ஒளித்தம்பமாய் நின்றபோது, என் வாழ்வு உணர்ச்சியற்று இருந்தது; ஆதாமின் சுவர்க்கத்தைப் போல வெறுமையாய் இருந்தது. அவளே என் இதயத்தின் ஏவாள். அவள், என் இதயத்தை இரகசியங்களாலும், அதிசயங்களாலும் நிறைத்தாள்; வாழ்வின் பொருளை நான் உணரும்படி செய்தாள்.

முதல் ஏவாள் தன் சொந்த விருப்பத்தின்படியே ஆதாமை சுவர்க்கத்திற்கு வெளியே அழைத்துச் சென்றாள். ஆனால், செல்மா, தன் தூய காதலாலும், கற்பாலும் என்னைக் காதல் சுவர்க்கத்திற்கு இட்டுச் சென்றாள். அந்த முதல் மனிதனுக்கு நேர்ந்ததுதான் எனக்கும் நேர்ந்தது.

அவனை சுவர்க்கத்தைவிட்டு விரட்டிய அதே போன்ற கூரிய வாள்தான், என்னையும் காதல் சுவர்க்கத்தை விட்டு வெளியே விரட்டியது. இத்தனைக்கும் நான் எந்த உத்தரவுக்

கும் கீழ்ப்படிய மறுத்ததும் இல்லை, விலக்கப்பட்ட கனியைப் புசித்ததும் இல்லை.

இன்று, எத்தனையோ ஆண்டுகள் கடந்து சென்றுவிட்ட பிறகு, அந்த அழகிய கனவில் மிச்சம் மீதி எதுவுமே இல்லை, கண்களுக்குப் புலப்படாத சிறகடி ஓசைபோல, துன்ப நினைவுகள் தவிர. என் இதயத்தின் அடியாழம் வரை துக்கமே நிறைந்திருக்கிறது. அது என் கண்கள் வழியே கண்ணீராய்ப் பெருகுகின்றது.

என் அன்பார்ந்த அழகிய செல்மா இறந்து போனாள். நினைவு விழாக் கொண்டாட, என் உடைந்து நொறுங்கிய இதயமும், சைப்ரஸ் மரங்களின் அடியிலுள்ள அவளது சமாதியும் தவிர, வேறு எதுவுமே இல்லை. அந்தச் சமாதியும், இந்த இதயமும், மட்டுமே அவள் நினைவாக மிஞ்சி நின்றுவிட்டவை.

அவளது சமாதிக்குக் காவலிருக்கும் அந்த மௌனம், அவளது சவப் பெட்டியிலுள்ள கடவுளின் இரகசியத்தை வெளிப்படுத்துவதில்லை. அவளது உடலின் சாரங்களை உறிஞ்சும், அந்த மரங்களின் முணுமுணுக்கும் இலைகள், புதை குழியின் மர்மங்களைச் சொல்வதில்லை. ஆனால், என் இதயத்தின் வேதனைப் பெருமூச்சுகள், காதல், அழகு, மரணம் ஆகியவை நடத்திய நாடகத்தை, உயிரோடு உள்ளவர்களுக்கு அறிவித்துக் கொண்டிருக்கின்றன.

ஓ, பெய்ரூட் நகரில் சிதறிக் கிடக்கும் என் இளம் பருவத்து நண்பர்களே, பைன் மரக் காட்டினருகே அமைந்துள்ள அந்த சாமாதியைக் கடந்து செல்லும்போது, அதன் அருகே அமைதியாய், மெல்ல நடந்து செல்லுங்கள். உங்கள் காலடியோசைகள் இறந்தவரின் ஆழ்ந்த உறக்கத்தைக் கலைத்து விடக்கூடாது.

முறிந்த சிறகுகள்

செல்மாவின் சமாதியின் முன் அடக்கமாய் நில்லுங்கள். அவள் உடலை மூடியிருக்கும் மண்ணை வாழ்த்துங்கள். என் பெயரை ஆழ்ந்த பெருமூச்சுடன் உச்சரித்துவிட்டு, தனக்குத் தானே இப்படிச் சொல்லுங்கள்:

"காதலின் சிறைக் கைதியாய்க் கடல்கள் கடந்து வாழும், ஜிப்ரானின் எல்லா நம்பிக்கைகளும் இங்கேதான் புதையுண்டு கிடக்கின்றன. இந்த இடத்தில்தான் அவன் தன் மகிழ்ச்சியை இழந்தான். இங்கேதான் அவன், கண்ணீர் வற்றிப் போயிற்று. இங்கேதான் அவன் தன் சிரிப்பை மறந்து போனது."

அங்கே சைப்ரஸ் மரங்களோடு ஜிப்ரானின் துக்கமும் வளர்கின்றது. துயரத்தால் அழும் அவற்றின் கிளைகளோடு, அவன் உயிரும், சமாதியின் மீது, ஒவ்வொரு இரவும் சிற கடித்து மின்னும் செல்மாவை வாழ்த்தியபடி; அழுது புலம்பும், பறந்தபடி.

வாழ்க்கையின் உதடுகளில் அவள், நேற்று இனிய பாடலாக இருந்தாள். இன்று பூமியின் இதயத்தின் மௌன ரகசியமாக இருக்கிறாள்.

ஓ, என் இளம் பருவத்துத் தோழர்களே! உங்களால் காதலிக்கப்பட்ட கன்னியரின் பெயரால் வேண்டுகிறேன்; என் காதலியின் சமாதியின் மீது மலர் வளையம் சார்த்துங்கள். நீங்கள் செல்மாவின் சமாதியின் மீது வைக்கும் மலர்கள், உதிரும் ரோஜா இதழ்களின் மேல் விடியலின் விழிகளில் இருந்து விழும் பனித்துளிகளுக்கு ஒப்பானவை.

1

மௌனத்துயர்

என் பக்கத்து வீட்டுக்காரர்களே, உங்கள் இளமையின் அதிகாலைப் பருவமும், அது, நீங்கள் வருந்தும்படிக் கடந்து சென்றதும் உங்கள் நினைவிலிருக்கும். ஆனால், சங்கிலிகளால் பிணைக்கப்பட்டு சிறைக் கம்பிகளுக்குள் இருந்த ஒரு கைதியைப் போலத்தான், அது என் நினைவில் நிற்கின்றது.

நீங்கள், கட்டுப்பாடுகளும் கவலைகளும் இல்லாத ஒரு பொன் சகாப்தம் போல, உங்கள் குழந்தைப் பருவத்திற்கும் இளமைப் பருவத்திற்கும் இடையிலிருந்த ஆண்டுகளைப் பற்றிப் பேசுகிறீர்கள். ஆனால், நானோ, அந்த ஆண்டுகளை மௌனத்துயர் சூழ்ந்த சகாப்தமாகக் கூற விரும்புகிறேன். அது, என் இதயத்தில் ஒரு வித்தாய் விழுந்து முளைத்து வளர்ந்து, அறிவும் ஞானமும் உள்ள உலகை நோக்கி வெளி வர முடியாமல் தவித்தது. ஒரு காதல் வந்து இதயத்தின் கதவுகளைத் திறந்து, அதன் மூலை முடுக்குகளிலெல்லாம் ஒளியை ஏற்றும் வரை.

காதல், எனக்கு ஒரு நாக்கையும் கண்ணீரையும் தந்தது. பூஞ்சோலைகள், பழத்தோட்டங்கள், சந்திக்கும் இடங்கள், தெருமுனைகள் எல்லாம் உங்கள் விளையாட்டுகளையும், உங்கள் கள்ளங்கபடமற்ற இரகசியப் பேச்சுகளையும் கண்டிருப்பதை உங்களால் நினைத்துக் கொள்ள முடியும்.

நானும்கூட நினைத்துக் கொள்கிறேன். வடக்கு லெபனானிலுள்ள அந்த ஓர் இடத்தை.

நான் என் கண்களை மூடிக்கொள்ளும் போதெல்லாம், மந்திர ஜாலமும் பெருமையும் மிக்க அந்தப் பள்ளத்தாக்கு களைக் காண்கிறேன்; பெருமையும் புகழும் மிக்க, வானத் தைத் தொட முயலும் அந்த மலைகளையும் காண்கிறேன்.

நகரத்தின் சந்தடிகளுக்காக நான் காதுகளை அடைத்துக் கொள்ளும் போதெல்லாம், சிற்றோடைகளின் சிலுசிலுப்பை யும், கிளைகளின் சலசலப்பையும் நான் கேட்கிறேன். நான் இப்போது சொல்லிக் கொண்டிருக்கும் அந்த அழகுகள் ஏல்லாம், நான் மீண்டும் காண ஆசைப்படும் அந்த அழகுகள் எல்லாம், ஒரு தாயின் நெஞ்சில் அடைக்கலம் தேடத் தவிக் கும் குழந்தையைப் போல என்னைத் தவிக்க விடும் அந்த அழகுகள் எல்லாம், என் ஆன்மாவை காயப்படுத்தி, கூண் டுக்குள் சிறைப்பட்டு, சுதந்திரமாய் வானில் பறக்கும் பற வைக் கூட்டத்தைக் கண்டு ஏங்கும் பருந்து போல, என்னை இளமையின் இருளில் சிறைப்படுத்தும். அந்தப் பள்ளத்தாக்கு களும், மலைகளும் என் கற்பனை கிளர்ந்தெழத் தீமூட்டும். ஆனால், என் இதயத்தைச் சுற்றி, கசந்த நினைவுகள் நம்பிக்கையின்மை என்னும் வலை பின்னும்.

ஒவ்வொரு முறை நான் வயல் வெளிகளுக்குச் செல்லும் போதும், ஏனென்று விளங்காமலேயே ஏமாற்றத்துடன் திரும்பு கிறேன். அந்தச் சாம்பல் நிற வானத்தை நான் பார்க்கும் போதெல்லாம், என் இதயம் சுருங்கிப் போய்விடுகிறது. பறவைகளின் பாடல்களையும், நீரோடைகளின் கலகலப்பை யும் கேட்கும் போதெல்லாம், காரணம் விளங்காமலேயே நான் வேதனைப்படுகிறேன். பகட்டில்லாத பண்பு ஒரு மனி தனை வெறுமையாக்கிவிடும் என்கிறார்கள். அந்த வெறுமை கவலையில்லா நிலையை உருவாக்கும் என்கிறார்கள். அது

செத்துப் பிறந்து, பிணமாய் உறைந்து போய் உள்ளவர்களுக்குத்தான் பொருந்தும். ஆனால், உணர்வுகள் துடிக்கும் ஒரு பையனுக்கு, கொஞ்சமாய்த் தெரிந்து அதிகமாய் உணரும் ஒரு துரதிர்ஷ்டம் பிடித்த பையனுக்கு, இரு சக்திகளுக்கு இடையில் சிக்கிக் கிழிந்து போன ஒரு பாலகனுக்கு, எப்படிப் பொருந்தும் ?

முதல் சக்தி, அவனை மேலுயர்த்தி, இருத்தலின் அழகை, கனவுகளின் மேகத்தின் வழியே, அவனுக்குக் காட்டும். இன்னொரு சக்தி, அவனை பூமியோடு கட்டிப் போட்டு, அவன் கண்களில் புழுதி மண்ணை நிறைத்து, அச்சத்தாலும் இருளாலும் அவனை அடக்கிவிடும்.

தனிமைக்கு, பட்டுப் போன்ற மெத்தென்ற கரங்கள். ஆனால் அது, தன் வலிய கரங்களால் அவன் இதயத்தை இறுகப் பற்றித் துயரத்தால் வலிக்கச் செய்யும். தனிமை, துயரத்தின் கூட்டாளி. ஆனால் அது ஆன்ம எழுச்சியின் தோழனும் கூட.

கவலையில் சிக்கித் திணறும் பையனின் உயிர், புதிதாய் மலர்ந்த ஓர் அல்லி மலர் போன்றது. மெல்லிய காற்றிலே நடுங்கி, விடியலுக்கு இதயத்தைத் திறந்து காட்டும் அது. இரவின் நிழல் படியும்போது தன் இதயக் கதவுகளை மூடிக் கொள்ளும் அது.

அந்தப் பையனுக்கு விளையாட்டுத் தோழர்களோ, வேறு வடிகாலோ இல்லாமற் போனால், அவன் வாழ்வு, குறுகிய சிறையில் அகப்பட்டு, சிலந்தி வலைகளை மட்டும் பார்த்தபடி, பூச்சிகள் நகரும் அரவத்தை மட்டும் கேட்டபடி வாடும் ஒரு வாழ்வு போலத்தான்.

என் இளம் பருவத்துத் துயரம் வேடிக்கை விளையாட்டுகள் இல்லாமையால் ஏற்பட்டதல்ல. நான் நினைத்திருந்தால்

அது கிடைத்திருக்கும். நண்பர்கள் இல்லாமையாலும் அல்ல. நான் தேடியிருந்தால் கிடைத்திருப்பார்கள். அது ஓர் உள்ளார்ந்த நோய். அதனால்தான் நான் தனிமையை நேசித்தேன். அது, என் விளையாட்டுணர்வையும், வேடிக்கை விநோதங்களையும் கொன்றுவிட்டது. அது, என் இளமைப் பருவச் சிறகுகளாகிய தோள்களை வெட்டி என்னை ஒரு தேங்கிய நீர்க்குட்டையாய் ஆக்கிவிட்டது.

அந்தச் சின்ன நீர்க்குளத்தில், மரங்கள், மேகங்கள், மலைகளின் நிழல்கள், பேய்களின் நிழல்கள் போலத் தோன்றின. ஆனால், பாடிச் சென்று கடலில் கலக்க அதற்கு ஒரு வழியும் இல்லாமற் போயிற்று.

பதினெட்டாவது வயதை நான் அடைந்தபோது, என் வாழ்க்கை இப்படித்தான் இருந்தது. அந்த ஆண்டு, என் வாழ்வின் மலைச்சிகரமும் கூட. அந்த ஆண்டுதான், மனித குலத்தின் மாற்றங்களைப் புரிந்து கொள்ள எனக்குள் ஒரு விழிப்புணர்ச்சியை ஏற்படுத்தியது.

அந்த ஆண்டுதான் நான் மறுபிறவி எடுத்தேன். மறு பிறவி எடுக்கவில்லை என்றால், ஒருவனின் வாழ்வு, இருத் தல் என்னும் புத்தகத்தில் உள்ள, ஒரு வெற்றுத்தாள் ஆகும். அந்த ஆண்டுதான், சுவர்க்கத்தின் தேவதைகள், ஓர் அழ கிய பெண்ணின் கண்களின் வழியாக என்னைப் பார்த்தனர்.

நரகத்தின் பேய்கள், ஒரு தீய மனிதனின் இதயத்தில் குமுறிக் கொண்டிருந்ததையும் அப்போதுதான் நான் கண் டேன். வாழ்வின் அழகு, தீமைகளில், தேவதைகளையும், பேய் களையும் அவன் கண்டவனல்ல. ஞானத்தைவிட்டு வெகு தூரம் விலக்கப் பட்டவன் அவன். பாசமற்ற வெறும் கூடு அவன் இதயம்.

2

விதியின் கை

அந்த அற்புதமான ஆண்டின் இளவேனிற் காலத்தில் நான் பெய்ரூட்டில் இருந்தேன். தோட்டங்களிலெல்லாம் நிசான் மலர்கள் பூத்துக் குலுங்கின; பூமியின் மீது பசும் புல்லின் மரகதக் கம்பளம்; பூமியின் இரகசியத்தை சுவர்க்கத்திற்கு வெளிப்படுத்துவது போல.

வெள்ளாடை அணிந்து நறுமணம் பூசிவரும் மணமகள் போல, கவிஞர்களுக்கு உற்சாகம் தரவும், அவர்களின் கற்பனையைத் தூண்டவும் இயற்கை அனுப்பிய அழகிய தேவதை போல, ஆரஞ்சு, ஆப்பிள் மரங்கள் காணப்பட்டன.

இளவேனிற் காலம் எங்கும் அழகாக இருந்தது; ஆனால் அது லெபனானில் மிகமிக அழகாக இருந்தது. ஓர் ஆவி, உலகைச் சுற்றி வந்து, லெபனான் மீது தங்கி அரசர்களுடனும், தீர்க்கதரிசிகளுடனும் உரையாடியது; சாலமனின் பாடலை நதிகளுடன் சேர்ந்து பாடியது; லெபனானின் பழம் பெருமையை புனித செடார் மரங்களுடன் சேர்ந்து சொன்னது.

குளிர் காலத்தின் சேறும், கோடை காலத்தின் புழுதியும் படியாத பெய் ரூட் நகரம், வசந்த கால மணமகள் போலவும், தன் மென்மையான மேனியைக் கதிரொளியில் உலர்த்தியபடி ஓடைக் கரையில் அமர்ந்திருக்கும் கடல் கன்னியைப் போலவும் இருந்தது.

ஒரு நாள், அழகிய பெய்ரூட் நகருக்கு சற்றுத் தொலை விலிருந்த ஒரு நண்பனைப் பார்த்து வரச் சென்றேன். நாங்கள் பேசிக் கொண்டிருந்த போது அறுபத்தைந்து வயது மதிக்கத்தக்க ஒரு கௌரவமான மனிதர் அங்கே வந்தார். அவரை வரவேற்க நான் எழுந்து நின்றபோது, என் நண்பன் அவரை ஃபேர்ரிஸ் எபாண்டி கராமி என்று அறிமுகப் படுத்திவிட்டு, அழகிய புகழ் மொழிகளால் என்னை அவ ருக்கு அறிமுகப்படுத்தினான்.

அந்தப் பெரியவர் ஒரு கணம் என்னைப் பார்த்துவிட்டு, தன் விரலால் தன் நெற்றியைத் தொட்டபடி தன் நினைவைக் கொண்டு வர முயன்றார். பிறகு புன்முறுவல் பூத்தபடி என்னை நெருங்கி வந்து, "நீ என் நெருங்கிய நண்பனின் மகன்; அவனுடைய இடத்தில் உன்னைக்காண மகிழ் கிறேன்," என்று கூறினார். அவரது சொற்கள் என்னை நெகிழ வைத்தன. புயல் வரும் முன் அதைத் தன் முன்னுணர்வால் உணர்ந்து கொண்டு தன் கூட்டுக்கு விரையும் ஒரு பறவையைப் போல, நான் அவரால் கவரப்பட்டேன்.

நாங்கள் அமர்ந்தோம். என் தந்தையைப் பற்றியும், அவ ருடன் கழித்த காலங்கள் பற்றியும் அவர் சொன்னார். ஒரு வன் தன் தாய்நாடு நோக்கிச் செல்ல ஆசைப்படுவது போல, அவர் தன் இளமைக் கால நினைவுகளுக்குத் திரும்பினார். ஒரு கவிஞன் தன் சிறந்த கவிதைகளைப் படிப்பதில் மகிழ்ச்சி கொள்வது போல, அவர் தம் பழம் கதைகளை உற்சாகத் துடன் சொன்னார்.

அவர் ஆத்மார்த்தமாக இறந்த காலத்தில் வாழ்ந்தார். ஏனென்றால், நிகழ்காலம் வெகு வேகமாகப் பறந்து கொண்டிருந்தது; எதிர் காலமோ, மறதி என்னும் புதை குழிக்கு விரைந்து கொண்டிருந்தது. ஒரு மணி நேரம் மர

நிழல்போல நகர்ந்தது. அவர் புறப்பட எழுந்தார். தன் இடக்கரத்தை என் தோள்மீது வைத்து, என் வலக்கரத்தைக் குலுக்கினார். "உன் தந்தையைக் கண்டு இருபது ஆண்டு கள் ஆகிவிட்டன. நீ என் வீட்டிற்கு அடிக்கடி வருவதன் மூலம் அவருடைய இடத்தை நீ வகிக்க முடியும்" என்று கூறி னார். என் தந்தையின் இனிய நண்பரிடம், உரிய கடமையை நான் ஆற்றுவதாக அவருக்கு நான் வாக்களித்தேன்.

அவர் புறப்பட்டுச் சென்ற பின் அவரைப் பற்றி விரிவாகச் சொல்லும்படி என் நண்பனைக் கேட்டேன். நண்பன் சொல்ல ஆரம்பித்தான்.

"செல்வத்தால் கருணையும், கருணையால் செல்வமும் அடைந்த இவரைப் போன்ற வேறொரு மனிதர் இந்த பெய் ரூட்டில் இருப்பாரா என்பது சந்தேகம்தான். இந்த உலகிற்கு வந்து, யாருக்கும் ஒரு தீங்கும் செய்யாமல் சென்றுவிடும் ஒரு சிலரில் இவரும் ஒருவர். ஆனால், இப்படிப்பட்ட மனி தர்கள் வழக்கமாகத் துன்பப்படுகிறார்கள்; அடக்கி ஒடுக்கப் படுகிறார்கள். காரணம், தீயவர்களின் சதிகளைப் புரிந்து கொள்ளும் புத்திசாலித்தனம் இவர்களிடம் இருப்பதில்லை.

"அவருக்கு ஒரு மகள். அவரைப் போல நல்ல பண்புகள் உள்ளவள். அவளது அழகும் பொலிவும் வர்ணனைக்கு அப் பாற்பட்டவை. தந்தையின் உயர்ந்த செல்வத்தால், அவளும் துன்பப்படுகிறாள். துன்பச் சிகரத்திற்கே சென்றுவிட்டாள்."

இப்படி அவன் சொல்லி வருகையில், அவன் முகம் இருண்டது. அவன் மேலும் தொடர்ந்தான்:

"ஃபார்ரிஸ் எபாண்டி நல்ல மனிதர். பெருந்தன்மையான இதயம் கொண்டவர். ஆனால் அவருக்கு மனவுறுதி இல்லை. மக்கள், அவரை ஒரு அந்தகனைப் போல வழிநடத்திச்

செல்கிறார்கள். பெருமையும், புத்திக் கூர்மையும் கொண்ட அவர் மகள் அவருக்குக் கட்டுப்பட்டு நடந்து கொள்கிறாள். தந்தை மகளின் வாழ்வில் மறைந்திருக்கும் இரகசியம் இதுதான்.

மதத்தின் நிழலில் மறைந்திருக்கும் ஒரு சதிகாரப் பாதிரியார் அந்த இரகசியத்தைக் கண்டு கொண்டார். கருணையும், பெருந்தன்மையும் கொண்டவர் போல அவர் மக்கள் முன் வேடமிட்டுக் கொண்டிருப்பவர். இங்கே அவர் மதத்தலைமைக் குரு. மக்கள் அவரை வணங்கி வழிபட்டு வருகிறார்கள். கசாப்புச் சாலைக்கு இட்டுச் செல்லப்படும் செம்மறியாட்டுக்குட்டிகளைப் போல, அவர் மக்களை வழி நடத்திச் செல்கிறார். அவருக்கு ஒரு மருமகன். சூதும் வாதும் நெஞ்சில் நிறைந்தவன். ஒரு காரியம் நடக்கப் போகிறது. தன் மருமகனை வலப்பக்கத்திலும், ஃபார்ரிஸ் எபாண்டியின் மகளை இடப்பக்கத்திலும் நிறுத்தி, அந்தத் தூய கன்னியை அந்த ஒழுங்கங்கெட்ட நீசன் கரங்களோடு சேர்த்து, மணமாலை சூட்டும் சந்தர்ப்பம் அந்தப் பாதிரி யாருக்கு வரத்தான் போகிறது. அது பகலின் இதயத்தை இரவின் மார்பில் சேர்ப்பது போன்றது. இவ்வளவுதான் நான் சொல்ல முடியும். இதற்கு மேல் ஒன்றும் கேட்காதே."

இப்படிச் சொல்லிவிட்டு என் நண்பன் சாளரத்தின் பக்கம் திரும்பி வானத்தை வெறித்தான், பிரபஞ்ச அழகைக் கூர்ந்து பார்த்து மனித வாழ்வின் பிரச்சனை களை விடுவிக்க முயல்பவனைப் போல.

நான் புறப்படும்போது, என் தந்தையின் நட்பைப் புதுப் பிக்க, சில நாட்களில் அவர் வீட்டிற்குச் செல்லப் போவதாகக் கூறினேன்.

நண்பன் என்னை வெறித்துப் பார்த்தான். என் வார்த்தை கள் அவனுக்கு ஏதோ ஒரு புதிய எண்ணத்தை

ஏற்படுத்தியது போலத் தோன்றியது. அப்புறம் அவன் என் கண்களை உற்றுப்பார்த்தான். அன்பு, இரக்கம், பயம் - கலந்த பார்வை. எவராலும் கணிக்க முடியாத எதிர்காலத்தைக் காணும் ஒரு தீர்க்கதரிசியின் பார்வை.

அவன் உதடுகள் சிறிது துடித்தன. நான் வாயிலை நோக்கி நகர்ந்தேன். அவன் ஒன்றும் பேசவில்லை. அவன் பார்வை என்னைப் பின் தொடர்ந்தது. எங்கே இதயங்கள் ஒன்றை ஒன்று ஆழமாகப் புரிந்து கொள்ளுமோ, எங்கே ஆன்மாக்கள் ஞானத்தால் பக்குவடையுமோ, அந்த அனுபவ உலகில் நான் வளரும் வரை, அந்தப் பார்வையின் உட்பொருள் எனக்கு விளங்கவில்லை.

3

கோயில் வாயில்

சில நாட்கள் கழிந்தன. ஏகாந்தம் என்னைப் பற்றிக் கொண்டது. இருண்ட புத்தகங்களின் முகங்களைப் பார்த்து எனக்குச் சலித்துவிட்டது. ஒரு வாடகை வண்டியை அமர்த்திக் கொண்டு ஃபார்ரிஸ் எபாண்டியின் இல்லத்திற்குப் புறப்பட்டேன். மக்கள் சுற்றுலா செல்லும் பைன் மரக்காட்டை அடைந்த போது, வண்டிக்காரன், இருமருங்கும் வில்லோ மரங்கள் வரிசையாய் நின்றிருந்த பாதை வழியே வண்டியைச் செலுத்தினான்.

வழியில் பசுமை நிறைந்த புல்வெளிகளின் அழகையும், திராட்சைக் கொடிகளையும், பல வண்ண மலர்கள் பூத்த நிசான் மரங்களையும் கண்டேன்.

சில நிமிடங்களில், வண்டி, அழகிய தோட்டத்தின் நடுவே தனியாய் நின்றிருந்த ஒரு வீட்டை அடைந்தது. காற்றிலே, ரோஜா, கார்டீனியா, முல்லை மரங்களின் நறுமணம் நிறைந் திருந்தது.

வண்டியை விட்டிறங்கி, விசாலமான தோட்டத்திற்குள் நான் நுழைகையில், ஃபார்ரிஸ் எபாண்டி என்னை வரவேற்க வந்து கொண்டிருப்பதைக் கண்டேன். இதய பூர்வமாக என்னை வரவேற்று அவர் என்னை வீட்டிற்குள் அழைத்துச் சென்றார். உள்ளே, என் அருகில் அமர்ந்து, தன்

புதல்வனைக் காண்பதில் மகிழ்ச்சியடையும் ஒரு தந்தையைப் போல, என் வாழ்வு பற்றிப் பல கேள்விகளைப் பொழிந்தார். என் கல்வி, எதிர்காலம் பற்றியெல்லாம் கேட்டார்.

ஆர்வத்துடனும், ஆவலுடனும் நான் பதிலளித்தேன். பெருமையின் புனித பாடல் என் செவிகளில் ஒலித்துக் கொண்டிருந்தது. நம்பிக்கைக் கனவுகளின் அமைதிக் கடலில் பயணம் செய்து கொண்டிருப்பது போல நான் உணர்ந்தேன்.

அப்போது, அங்கே, அலங்காரமான வெள்ளை ஆடை அணிந்த அழகிய பெண்ணொருத்தி, வெல்வட் திரையை விலக்கிக் கொண்டு என்னருகே வந்தாள். நாங்கள் இருவரும் எழுந்தோம்.

"இது என் மகள் செல்மா" என்று பெரியவர் அறிமுகம் செய்துவிட்டு, அவளிடம், "என் பழைய இனிய நண்பனின் மகனை, விதிதான் என்முன் கொண்டு வந்திருக்கிறது," என்றார்.

செல்மா ஒரு கணம் என்னை வெறித்துப் பார்த்தாள், ஒரு புதிய மனிதன் தன் வீட்டுக்குள் வந்திருப்பதன் காரணம் புரியாமல். அவள் கைகளை நான் தொட்டபோது, அது அல்லி மலரின் மென்மையைப் பெற்றிருந்ததை உணர்ந்தேன். ஏதோ ஒரு விநோத முள் என் நெஞ்சத்தைக் கிழித்தது.

நாங்கள் மூவரும் அமர்ந்தோம். ஒரு தெய்விக ஆன்மாவின் விலை மதிக்க முடியாத மௌன மரியாதை அங்கே நிலவியது. அந்த மௌனத்தை உணர்ந்த அவள், என்னைப் பார்த்துப் புன்முறுவல் பூத்தபடி, "உங்கள் தந்தையுடன் கழித்த இளமைக் காலங்கள் பற்றி, என் தந்தை என்னுடன் பலமுறை சொல்லியிருக்கிறார். உங்கள் தந்தை இதேபோல

முறிந்த சிறகுகள்

உங்களிடம் பேசியிருந்தால், நம்மிடையே நிகழ்ந்துள்ள இந்தச் சந்திப்பு, முதலாவது அல்ல," என்று கூறினாள்.

அப்படிப் பேசியதைக் கேட்ட அவள் தந்தை மிகவும் மகிழ்ச்சியடைந்தவராய், "செல்மா உணர்வு பூர்வமானவள். அவள் எல்லாவற்றையும் தன் ஆன்மக் கண்கள் கொண்டே பார்ப்பாள்," என்று கூறினார்.

என்னிடம் ஒரு மந்திரக் கவர்ச்சியைக் கண்டவரைப் போலவும், அது அவரை, நினைவுகளின் சிறகிலேற்றிக் கடந்த காலங்களுக்குச் சுமந்து செல்வதைப் போலவும் உணர்ந்து, தன் உரையாடலைத் தொடர்ந்தார்.

என் எதிர்காலத்தைக் கனவு கண்டபடி, அவர் என்னைப் பார்த்தார். புயலுக்கும், வெயிலுக்கும் தாக்குப் பிடித்து நிற்கும் பெருமரம் ஒன்று, இளம் காற்றில் நடுங்கும் ஒரு சிறு செடியின் மீது நிழல் பரப்புவது போல, அது தோன்றியது.

ஆனால், செல்மா மௌனமாக அமர்ந்திருந்தாள். வாழ்க்கை நாடகத்தின் முதல் அத்தியாயத்தையும், கடைசி அத்தியாயத்தையும் படிப்பது போல, அவள்,-என்னையும், அவள் தந்தையையும் மாறிமாறிப் பார்த்துக் கொண்டிருந்தாள்.

தோட்டத்தில், பகல் வேகமாகக் கடந்து கொண்டிருந்தது. லெபனான் மலைகளின் சிகரங்களில், அந்தி மாலையின் பேய்த்தனமான மஞ்சள் முத்தம் படிவதை, நான் சாளரத்தின் வழியே கண்டேன். பெரியவர் தம் அனுபவங்களைத் தொடர்ந்து சொல்லிக் கொண்டு வந்தார். அவரது துயரம் மகிழ்ச்சியாக மாறும்படியாக, நான் மிகுந்த ஆர்வத்துடனும், உற்சாகத்துடனும் கேட்டுக் கொண்டிருந்தேன்.

செல்மா, சாளரத்தருகில் அமர்ந்து துயர விழிகளுடன், ஒன்றும் பேசாமல் பார்த்துக் கொண்டிருந்தாள். நாக்கு,

உதடுகளின் கனத்த குரல்களைக் காட்டிலும், அவளது அழகே ஒரு தெய்வீக மொழியாகத் தோன்றியது. அது, காலத்தின் எல்லைகளைக் கடந்த மொழி. மனித குலத்தின் பொது மொழி. பாடிவரும் ஓடைகள் எல்லாம் தன் அடியாழத்தில் சங்கமித்து, மௌனம் குடிகொள்ளும் அமைத்தித் தடாகம் அது.

அழகைப் புரிந்து கொள்ளவோ, அதனுடன் வளரவோ ஆன்மாவால்தான் முடியும். அது, நம் மனங்களைப் புதிரடையச் செய்யும். சொற்களால் அதை விவரிக்க முடியாது. கண்களால் காண முடியாத அற்புதம் அது. பார்ப்பவராலும் பார்க்கப் படுபவராலும் மட்டுமே அதை உணர்ந்து கொள்ள முடியும்.

உண்மை அழகு, ஆன்மாவின் புனிதத்திலும் புனிதமான ஒளிக்கதிர். பூமியின் அடியாழத்திலிருந்து உயிர்த்து மலருக்கு மணமும் நிறமும் வழங்குவதைப் போல, அந்த ஒளி, உடலை ஒளி மயமாக ஆக்கிவிடுகிறது.

உண்மை அழகு, ஆன்ம சம்மதத்தில் அடங்கியிருக்கிறது. அது காதல் என்று சொல்லப்படுகிறது. ஒரு ஆணுக்கும், பெண்ணுக்கும் இடையில் மட்டுமே வாழக் கூடியது அது.

நானும் செல்மாவும் சந்தித்துக் கொண்ட அந்த நாளில், எங்கள் உயிர்கள் இரண்டும் ஒன்றையொன்று தேடிக் கலந்து கொண்டனவா? அந்த ஆவல்தான், அவளை உலகமகா அழகியாக என்னை நினைக்கத் தூண்டியதா? அல்லது நான், இல்லாத ஒன்றை, இளமையின் போதை மயக்கத்தால் அப்படி நினைத்துக் கொண்டேனா?

அல்லது, அவளது கண்களின் ஒளியாலும், அவள் வாயின் இனிமையாலும், அவள் உடலின் கவர்ச்சியாலும்,

என் இளமை, என் இயல்பான கண்களைக் குருடாக்கி விட்டதா ?

அல்லது, அவளது பிரகாசமும், இனிமையும், கவர்ச்சியும் என் கண்களைத் திறந்துவிட்டு, காதலின் மகிழ்வையும், துயரத்தையும் எனக்குக் காட்டினவா ?

இந்தக் கேள்விகளுக்கு விடை காண்பது கடினம். ஆனால், அந்தப் பொழுதில், நான் முன்பு என்றுமே உணர்ந்தறியாத உணர்வைப் பெற்றேன். உலகம் படைக்கப் பட்டபோது, நீர்நிலைகளுக்கு மேலே பறந்து கொண்டிருந்த ஓர் உயிரைப் போல, அது என் இதயத்தில் அமைதியாக அமர்ந்து ஓய்வு கொண்டது. அந்தப் பாசத்திலிருந்துதான் என் இன்பமும், துன்பமும் பிறந்தன.

இப்படித்தான் செல்மாவுடனான என் முதல் சந்திப்பு முடிந்தது. இப்படித்தான் சுவர்க்கத்தின் விதி, என்னை இளமையின் விலங்குகளிலிருந்து விடுவித்து, தனிமையின் தளைகளிலிருந்து காப்பாற்றி, காதல் ஊர்வலத்தில் என்னை நடக்கச் செய்தது.

உலகிலுள்ள ஒரே ஒரு சுதந்திரம்தான் காதல். ஏனென்றால், சமுதாய சட்டங்களையும், இயற்கையின் விதிகளையும் மீறச் செய்து உயிரை மேலுயர்த்துவது அது ஒன்றுதான்.

நான் புறப்பட எழுந்தபோது, ஃபார்ரிஸ் எபாண்டி என்னருகே வந்து, மிக மெதுவாக, “மகனே, உனக்கு இந்த வீட்டிற்கு வழி தெரிந்துவிட்டது. நீ எப்போது விரும்பினாலும், உன் தந்தை வீட்டிற்கு வருவதுபோல இங்கு வந்து போகலாம். என்னை உன் தந்தையாக நினைத்துக் கொள். செல்மா உன் சகோதரி” என்றார்!

இப்படிச் சொல்லிவிட்டு, அதை உறுதிப்படுத்தும் சம்ம தத்தை எதிர்பார்ப்பது போல, செல்மாவைத் திரும்பிப் பார்த்தார். அவள் சம்மதம் தெரிவிப்பது போலத் தலையசைத்து விட்டு, ஒரு பழைய நண்பனைப் பார்ப்பது போல என்னைப் பார்த்தாள்!

அந்தப் பெரியவரின் சொற்கள் தாம், எங்கள் இருவரை யும் காதலின் கோயிலில் அருகருகே நிற்கச் செய்தன! அந் தச் சொற்கள் ஒரு சுவர்க்க கீதம்போல என்னை உயர்த்திப் பின் துயரத்தில் விழச் செய்தன. அவை, எங்கள் உயிர்களை, ஒளியுலகிற்கும், பற்றி எரியும் நெருப்புலகிற்கும் கொண்டு சென்றன. அந்தக் கோப்பையிலிருந்துதான் நாங்கள், இனி மையையும், கசப்பையும் குடித்தோம்.

நான் புறப்பட்டேன். பெரியவர் என்னை வழியனுப்பத் தோட்டத்தின் எல்லைவரை உடன் வந்தார். அப்போது என் இதயம், தாகம் கொண்டவனின் உதடுகள் போல நடுங்கியது.

4

வெள்ளைத் தீப்பந்தம்

நிசான் மாதம் முடிந்து கொண்டிருந்தது. செல்மாவை சந்திக்க நான் பலமுறை அவள் வீட்டிற்குச் சென்றேன். அந்த அழகிய தோட்டத்தில் அமர்ந்து அவள் அழகைப் பார்த்துப் பார்த்து மகிழ்ந்தேன். அவள் அறிவைக் கண்டு வியந்தேன். அவளது அசையாத துன்பத்தையும் கேள்விப்பட்டேன். கண்களுக்குத் தெரியாத கை ஒன்று என்னை அவளருகே இழுப்பதை உணர்ந்தேன்.

என் ஒவ்வொரு சந்திப்பும் அவளது அழகில் ஒரு புதிய அர்த்தத்தைத் தந்தது; அவளது இனிய உயிரில் ஒரு புதிய தரிசனத்தைத் தந்தது. அப்புறம் அவள், என்னால் படித்துப் புரிந்து கொண்டு புகழ்ந்து பாடக் கூடிய ஒரு புத்தகமானாள். ஆனால், அந்தப் புத்தகத்தைப் படித்து முடிக்க என்னால் முடியவே இல்லை.

உடலாலும், உள்ளத்தாலும் அபூர்வ அழகு விகசிக்கும்படி தெய்வம் அவளுக்கு அருளியிருந்தது என்பது ஒரு உண்மை. அதே சமயம், அவள் இதயம் வெளிப்படையாகவும், இரகசிய மாகவும் இருந்தது. அதைக் காதலால் மட்டுமே உணர்ந்து கொள்ள முடியும். கற்பினால் மட்டுமே தொடமுடியும். அப்படிப் பட்ட ஒரு பெண்ணைப் பற்றி விவரிக்க முயலும்போது, அவள் நீராவி போலக் கரைந்து காணாமற் போய்விடுகிறாள்.

உடலாலும், உயிராலும் அழகியான செல்மா கராமியை, நான், அவளை அறியாதவரிடம் எப்படி விளக்குவேன்? இறந்து போன மனிதன், வானம் பாடியின் பாடலை நினைவுகூர முடியுமா? ரோஜா மலரின் மணத்தையும், நீரோடையின் பெரு மூச்சையும், நினைவு கூர முடியுமா? கனத்த சங்கிலிகளால் பிணைக்கப்பட்டு சிறையில் கிடக்கும் ஒருவனுக்கு விடியலின் மெல்லிய பூங்காற்றைப் பற்றி என்ன தெரியும்? மரணத்தைக் காட்டிலும் மௌனம், அதிக வேதனையைத் தரக்கூடியது அல்லவா? கர்வம், அவளை நான் சாதாரணச் சொற்களால் விவரிக்காதபடி தடுக்கும் போது, ஒளிமயமான வண்ணச் சொற்களால் அவளை உண்மையாக விவரிக் கவோ என்னால் இயலாமற் போய்விடுகிறது. பாலைவனத் தில் பசியால் துடிப்பவனுக்கு சுவர்க்கம் அமுதத்தை வழங் காதபோது, அவன் வறண்ட ரொட்டியையும் மறுக்க மாட்டான்.

வெள்ளை உடையில், சாளரத்தின் வழியாகப் பாயும் நிலாக் கதிரைப் போலத் தோன்றினாள் செல்மா. அவள் தாள லயம் தப்பாமல், மெல்ல மிதந்து நடந்தாள். அவளது குரல் அடக்கமாகவும், இனிமையாகவும் இருந்தது. வார்த்தைகள், அவள் வாயிலிருந்து உதிர்வது, மலரிதழ்களில் தங்கியிருக் கும் பனித்துளிகள், காற்றடிக்க உதிர்வது போலிருந்தது.

ஆனால், அந்த செல்மாவின் முகம்! அதைச் சொற்களால் விளக்க முடியாது. அது, தெய்வீக மேன்மையைக் காட்டிலும், உள்ளார்ந்த வேதனையையே எதிரொலித்தது.

செல்மாவின் முக அழகு முதல் தரமானதென்று சொல்லி விட முடியாது. அது ஒரு கனவின் வெளிப்பாடு. அதை அளக்க முடியாது. தொகுத்துக் கட்ட முடியாது; ஓவியனின்

தூரிகையால் பிரதியெடுக்கவோ, சிற்பியின் சிற்றுளியால் சிலை வடிக்கவோ முடியாது.

அவளது அழகு அவளது பொன் கூந்தலில் இல்லை; ஆனால் அது கற்பினாலும், தூய்மையாலும் சூழப்பட்டிருந்தது. அது, அவளது பெரிய விழிகளில் இல்லை; ஆனால், அவற்றிலிருந்து வீசும் ஒளியில் இருந்தது. அது, அவளது சிவந்த உதடுகளில் இல்லை; ஆனால், அவளது இனிய சொற்களில் இருந்தது. அது, அவளது தந்தக் கழுத்தில் இல்லை; ஆனால், அது சற்றே முன்னால் வளைந்திருப்பதில் இருந்தது. அது, அவளது உருவத்திலும் இல்லை; ஆனால், அவளது ஆன்மாவின் பெருந்தன்மையில் இருந்தது. அது வானத்திற்கும், பூமிக்கும் இடையில் ஒரு வெள்ளைத் தீப்பந்தமாய் ஒளி வீசிக்கொண்டிருந்தது. கவிதையின் பரிசு அவள் அழகு. ஆனால், கவிஞர்கள் மகிழ்ச்சியில்லாத மனிதர்கள். அவர்கள் உற்சாகம் எவ்வளவு உயரத்தை எட்டிப் பிடித்தாலும், அவர்கள் கண்ணீரால் சூழப்பட்டே இருப்பார்கள்.

செல்மா அதிகம் பேசாதவள்; ஆழ்ந்த சிந்தனையில் ஆழ்ந்திருப்பவள். அவள் மௌனம் ஒரு சங்கீதம். அது ஒரு வரை, கனவுகளின் உலகிற்குச் சுமந்து செல்லும். தம் இதய ஒலியைக் கேட்கச் செய்யும்; நினைவுப் பேயைக் காணச் செய்யும்; தம் உணர்வுகள் எதிரில் நின்று கொண்டு, அவர் கண்களுக்குள் ஊடுருவிப் பார்க்கும்.

அவள், தன் வாழ்வின் மூலம், ஆழ்ந்த துயரத்தை ஓர் ஆடையாக அணிந்திருந்தாள். அது, விடிகாலைப் பனி மூட்டத்தின் வழியாகத் தெரியும் ஒரு பூமரத்தைப் போல, அவளது அழகையும், கம்பீரத்தையும் அதிகப் படுத்திக் காட்டியது.

துயரம் எங்கள் இருவரின் உயிர்களை இணைத்தது. ஒருவர் மற்றவர் முகத்தில், இதய அடியாழத்தில் மறைந்திருந்த உணர்வுகளின் எதிரொலியைக் கேட்டது போல, அது தோன்றியது. கடவுள் இரு உடல்களை ஒன்றாகவே படைத்து விட்டார். பிரிவு வேறுபாடு வேதனையில் மட்டுமே.

துக்கப்படும் ஆன்மா, அதே போன்ற இன்னொன்றுடன் இணையும் போது மட்டுமே நிம்மதியடையும். அவை பாசத்துடன் இணையும், ஒரு புதிய மனிதர் இன்னொரு புதிய மனிதரை, ஒரு புதிய நாட்டில் பார்த்து மகிழ்வது போல. துக்கத்தின் மூலம் இணையும் இதயங்களை மகிழ்ச்சியின் பெருமையால் பிரிக்க முடியாது.

கழுவித் தூய்மையாக்கப்பட்ட காதல், காலம் கடந்து என்றும் தூய்மையாகவும், அழகாகவும் இருக்கும்.

5

புயல்

ஒரு நாள் ஃபார்ரிஸ் எபாண்டி என்னைத் தம் வீட்டிற்கு விருந்துண்ண அழைத்தார். நான் ஒப்புக் கொண்டேன். சுவர்க்கம் செல்மாவின் கரங்களில் வழங்கியிருந்த புனித ரொட்டியை உண்ண என் ஆன்மாவுக்குப் பசித்தது. உண்ண உண்ண அதிக இதயப் பசியைக் கிளறும் உணவு அது. அராபியக் கவிஞன் கயசும், தாந்தேயும், சாப்போவும் சுவைத்து, தம் இதயங்களில் தீ மூட்டிய உணவு அது. இனிய முத்தங்களையும், கசப்புக் கண்ணீரையும் கலந்து பெண் தெய்வங்கள் தயாரித்த உணவு அது.

நான் அந்த வீட்டை அடைந்தபோது, செல்மா, தோட்டத்து இருக்கையொன்றில் அமர்ந்தபடி, ஒரு மரத்தின் மீது தலை சாய்த்தபடி, வெண்பட்டணிந்த மணமகள் போலவும், அந்த இடத்தின் காவல் தேவதை போலவும் தோன்றினாள்.

அமைதியாகவும், பயபக்தியுடனும் அவளை அணுகி அருகில் அமர்ந்தேன். என்னால் பேச முடியவில்லை. அதனால் மௌனியானேன். மௌனம்தானே இதயத்தின் ஒரே மொழி. ஆனால், செல்மா, வார்த்தைகளற்ற என் இதயத்தின் அழைப்பைக் கேட்டுக் கொண்டிருந்தாள்; என் ஆன்மப் பிசாசை என் கண்களில் பார்த்துக் கொண்டிருந்தாள்.

சில நிமிடங்களில் பெரியவர் வெளியில் வந்து என்னை வழக்கம் போல வரவேற்றார். அவர் என்னை நோக்கித் தம் கரங்களை நீட்டியபோது, எனக்கும் அவர் புதல்விக்கும் இடையில் பிணைப்பை உண்டாக்கிய இரகசியத்தை வாழ்த்துவது போலத் தோன்றியது. அப்புறம், "உணவு தயார்; சாப்பிடலாம் குழந்தைகளே" என்று அழைத்தார். நாங்கள் எழுந்து அவர் பின்னால் சென்றோம். செல்மாவின் விழிகளில் ஒளி. எங்களைக் குழந்தைகளே என்று அழைத்ததன் மூலம், அவள் காதலுக்கு ஒரு புதிய உணர்வை அவர் சேர்த்து விட்டார்.

நாங்கள் மேசையின் முன் அமர்ந்து உணவைச் சுவைத்தோம்; திராட்சை மதுவைப் பருகினோம்; ஆனால், எங்கள் உயிர்கள் தொலை தூரத்து உலகில் வாழ்ந்து கொண்டிருந்தன. எதிர்காலத்தையும், அதன் சிரமங்களையும் பற்றி நாங்கள் கனவு கண்டு கொண்டிருந்தோம்.

மூன்று பேரும் தனித்தனிச் சிந்தனைகளில். ஆனால், அன்பில் ஒன்றாக இணைந்து. மூன்று அப்பாவி நபர்கள்; அதிக உணர்விலும், குறைந்த அறிவிலுமாக. தன் மகளை மிகவும் நேசித்த, அவள் மகிழ்ச்சியில் அக்கறை கொண்ட ஒரு முதியவர் மனதில், ஒரு நாடகம் நடந்து கொண்டிருந்தது. இருபது வயது இளம் பெண்ணொருத்தி தன் எதிர்காலத்தைக் கவலையுடன் எண்ணியபடி. வாழ்க்கையில் திராட்சை மதுவையும், கள்ளையும் சுவைத்தறியாத இளைஞன் ஒருவன், கனவிலும் கவலையிலும் மூழ்கி, காதலின் உயர்வையும், ஞானத்தையும் எட்ட முயன்றபடி; ஆனால், தன் சுமையை மேலே உயர்த்த முடியாதபடி.

அந்தத் தனி வீட்டில், மங்கிய ஒளியில் நாங்கள் மூவரும் அமர்ந்து விருந்தருந்திக் கொண்டிருந்த போது,

சுவர்க்கத்தின் கண்கள் எம்மைக் காவல் காத்தன. ஆனால், எம் மதுக்கோப்பைகளின் அடியில் கசப்பும், கவலையும் பதுங்கியிருந்தன.

விருந்து முடிந்த போது, பணிப்பெண் வந்து பெரியவரைப் பார்க்க ஒருவர் வந்திருப்பதாக அறிவித்தாள். "யாரவர்?" என்று கேட்டார் பெரியவர். "பாதிரியார் அனுப்பிய ஆள்" என்று அவள் சொன்னாள். பெரியவர் சிறிது மௌனமாக இருந்தார். சுவர்க்க இரகசியங்களைக் கண்டு பிடிக்க முயலும் ஒரு தீர்க்கதரிசியைப் போல, அவர் தம் மகளை வெறித்துப் பார்த்தார். பிறகு, பணிப்பெண்ணிடம், "அவரை வரச் சொல்" என்றார்.

பணிப்பெண் சென்ற பிறகு கிழக்கத்திய உடையணிந்த மீசை முறுக்கிய ஒரு மனிதன் உள்ளே வந்தான். "மேன்மை தங்கிய பிஷப் தம் சொந்த வண்டியை உங்களுக்காக அனுப்பியிருக்கிறார். முக்கியமான வியாபார விஷயங்கள் பேச வேண்டுமாம்," என்று கூறினான்.

பெரியவர் முகம் இருண்டது; அவர் புன்முறுவல் மறைந்தது. சில விநாடிகள் ஆழ்ந்து யோசித்துவிட்டு, என்னருகே வந்து, நேசம் கலந்த குரலில், "நான் திரும்பி வரும்வரை நீ இங்கேயே இருக்க வேண்டுமென்று நான் விரும்புகிறேன். இந்தத் தனியிடத்தில் செல்மா உன் துணையை விரும்புவாள்" என்று கூறினார்.

இப்படிச் சொல்லிவிட்டு சரிதானே என்கிற பொருளில், புன்முறுவல் பூத்தபடி செல்மாவைப் பார்த்தார். செல்மா தலையசைத்தாள். அவள் கன்னங்கள் சிவந்தன. யாழின் இசையைவிட இனிய குரலில், "நம் விருந்தினர் மகிழும்படி நான் பார்த்துக் கொள்கிறேன் அப்பா!" என்றாள்.

தன் தந்தையை ஏற்றிச் சென்ற வண்டி, சென்று மறையும் வரை அதைப் பார்த்தபடியே நின்றாள் செல்மா. பிறகு, திரும்பி வந்து, பச்சைப் பட்டு விரித்த இருக்கையின் மீது என் முன்னால் அமர்ந்தாள். தென்றல் வீச, பச்சைப் பட்டு விரிப்புப் போன்ற புல்வெளி மீது குனியும் அல்லி மலர் போல, அவள் திகழ்ந்தாள். அமைதியும், காதலும், அழகும், கற்பும் குடியிருந்த, மரங்கள் சூழ்ந்த அந்தத் தனி வீட்டில், அன்று இரவு, செல்மாவுடன் தனியே இருக்க நேர்ந்தது, வானுலகின் விருப்பமாகத் தோன்றியது.

நாங்கள் இருவரும், மற்றவர் பேச்சைத் துவங்கட்டும் என்ற எதிர்பார்ப்பில், மௌனமாய் அமர்ந்திருந்தோம். ஆனால், இரு உயிர்களுக்கிடையில், புரிந்து கொள்வதற்கு பேச்சு ஒன்று மட்டுமே கருவியல்ல. இரு இதயங்களை இணைப்பவை, உதடுகளிலிருந்தும் நாவிலிருந்தும் வரும் சொற்களல்ல.

வாய்கள் பேசுவதைவிட மேலானதும், தூய்மை யானதும் உண்டு. மௌனம் நம் உயிர்களுக்கு ஒளியேற்றி விடுகின்றது; நம் இதயத்தோடு இரகசியம் பேசுகின்றது; இதயங்களை இணைக்கின்றது. மௌனம், நம்மையே பிரித்து விடுகின்றது; உயிரின் வானவெளியில் சுவர்க்கத்தை நமக்கருகில் கொண்டு வந்து, நிறுத்தி விடுகின்றது; உலகம் ஒரு நாடு கடத்தப்படும் இடம் எனவும், உடல்கள் சிறைகள் எனவும் அது உணர்த்துகின்றது.

செல்மா என்னைப் பார்த்தாள். அவள் விழிகள், அவள் இதயத்தின் இரகசியத்தைப் பேசின. அப்புறம் அவள், அமைதி யாக, "வாருங்கள், தோட்டத்திற்குப் போகலாம். மரங்களின் அடியில் அமர்ந்து, மலை களுக்குப் பின்னால் எழும் நிலவின் உதயத்தைக் காணலாம்," என்று கூறினாள். பணிவுடன்

நான் என் இருக்கையிலிருந்து எழுந்தேன்; ஆனால், தயங்கினேன்.

"நிலவு முளைத்து, தோட்டத்தில் ஒளி நிறைக்கும் வரை நாம் இங்கேயே இருக்கலாமே. இருள், மரங்களையும், மலர்களையும் மறைத்துவிடுகின்றது. ஒன்றுமே புலப்படவில்லையே!" என்று கூறினேன்.

அதற்கு அவள், "இருள், மரங்களையும், மலர்களையும் தான் மறைக்கும்; நம் இதயங்களின் அன்பை மறைக்க இருளால் முடியுமா?" என்று கேட்டாள்.

இப்படிச் சொல்லிவிட்டு, அவள் தன் விழிகளால் சாளரத்தின் வழியாக வெளியே பார்த்தாள். அவளது சொற்களின் உட்பொருளை எடைபோட்டவாறு நான் மௌனமாக நின்றிருந்தேன். அப்புறம் அவள் என்னைத் திரும்பிப் பார்த்தாள், தான் பேசிய சொற்களுக்காக வருத்தப்படுகிறவளைப் போல. தன் விழிகளின் மந்திர சக்தியால் தான் சொன்ன சொற்களை என் செவிகளிலிருந்து எடுக்க முயல்வதைப் போலப் பார்த்தாள். ஆனால், அந்தப் பார்வை, அவள் சொன்னதை மறப்பதற்குப் பதிலாக, என் இதயத்தின், அடியாழத்தில் உரக்க எதிரொலிக்கச் செய்தது. அந்தச் சொற்கள், தெளிவாகவும், அழுத்தமாகவும் என் இதயத்தில் என்றென்றைக்குமாக நிலைத்துவிட்டன.

இந்த உலகின் ஒவ்வொரு அழகும், பெருமையும், மனிதனின் உள்ளுணர்வால், ஒற்றைச் சிந்தனையால் படைக்கப்படுவதாகும். இன்று நாம் காண்பவை எல்லாம், கடந்த காலத் தலைமுறைகளால் உருவாக்கப்பட்டவை. அவை தோன்று முன், ஒரு ஆண் அல்லது பெண்ணின் மனதில், எண்ணமாக உதித்தவைதாம். புரட்சிகளும், இரத்தம் சிந்துதலும், விடுதலைக்கான மனிதனின் போராட்டங்களும், பல்லாயிரம்

மக்களில் ஒருவன் மனதில் தோன்றிய கருத்தினால் விளை பவைதாம். பேரரசுகளைத் தரை மட்டமாக்கும் பெரும் போர்களும் ஒரு தனிமனிதனின் மூளையில் தோன்றியவைதாம். மனித சமுதாயத்தை மாற்றியமைத்த மாபெரும் தத்துவச் சிந்தனைகளும், சூழலிலிருந்து மாறுபட்ட மாபெரும் அறிஞனின் சிந்தனையில் தோன்றியவையே. ஒரு தனிச் சிந்தனை தான் பிரமிடைக் கட்டியது, இஸ்லாமின் பெருமை கண்டது. அலக்சாண்டிரியா நகரின் நூலகத்தை எரித்ததும் ஒரு தனிச் சிந்தனைதான்.

நள்ளிரவு நேரத்தில், உங்கள் மனதில் தோன்றும் ஓர் எண்ணம், உங்களை, புகழின் உச்சிக்குக் கொண்டு செல்லும், அல்லது பைத்தியமாக்கும். ஒரு பெண்ணின் பார்வை, உங்களை, உலகிலேயே மகிழ்ச்சி நிறைந்த மனிதனாக மாற்றும். ஒருவருடைய வாயிலிருந்து வரும் ஒரு சொல், உங்களைச் செல்வனாகவோ, ஏழையாகவோ மாற்றி விடும்.

செல்மாவின் அந்த வார்த்தை, கடல் நடுவே நங்கூர மிடப்பட்ட ஒரு படகுபோல, என்னை இறந்த காலத்திற்கும் எதிர்காலத்திற்கும் நடுவே நிலைநிறுத்தி விட்டது. அது, என்னை, இளமையிலிருந்தும் தனிமையிலிருந்தும் உறக்கம் கலைத்துவிட்டது; வாழ்வும் சாவும் நடிக்கும் நாடக மேடையில் என்னை ஏற்றி வைத்துவிட்டது.

நாங்கள் தோட்டத்தை அடைந்து மல்லிகைக் கொடியருகே இருக்கையில் மௌனமாய் அமர்ந்த போது, தென்றல், மலர்கள் மணத்தை ஏந்தித் தவழ்ந்து வந்தது. நாங்கள், உறங்கும் இயற்கையின் மூச்சைக் கேட்டுக் கொண்டிருந்த போது, சுவர்க்கத்தின் நீல வான் விழிகள், எம் நாடகத்தைப் பார்த்துக் கொண்டிருந்தன.

முறிந்த சிறகுகள்

நிலவு, சன்னின் மலைக்குப் பின்னாலிருந்து வெளிப்பட்டு, கடற்கரை மீதும், மலைகள் குன்றுகளின் மீதும் ஒளி பொழிந்தது. பள்ளத்தாக்குகளின் விளிம்பில் இருந்த கிராமங்கள், வெறுமையிலிருந்து திடீரென மந்திரத்தால் தோன்றிய மாயத் தோற்றம் போலக் காணப்பட்டன. வெண்ணிலவின் வெள்ளிக் கதிரொளியில், லெபனானின் முழு அழகையும் நாங்கள் காண முடிந்தது.

மேற்கத்திய கவிஞர்கள், லெபனானை, ஒரு புராண காலக் கற்பனை நாடாகவே கருதுகின்றார்கள். டேவிட்டும், சாலமனும், தீர்க்கதரிசிகளும், இருந்த காலம் மறந்துவிட்டது. ஆதாம் ஏவாளின் வீழ்ச்சிக்குப் பிறகு ஏதேன் தோட்டம் காணாமல் போயிற்று. மேலை நாட்டுக் கவிஞர்களுக்கு, 'லெபனான்' என்ற சொல், செடார் மரச் சாரல்கள் நிறைந்த மலைகளின் நறுமணம் கமழும் கவித்துவமான ஒரு சொல். அந்தச் சொல், செம்பும், பளிங்கும் கொண்டு சமைக்கப்பட்டு, தகர்க்க முடியாதபடி உறுதியாய் நிற்கும் ஆலயங்களையும், மான்கள் மந்தையாய் மேயும் பள்ளத்தாக்குகளையும், அவர்களுக்கு நினைவூட்டும். அன்று இரவு, ஒரு கவிஞனின் கண்களோடு, லெபனானை, ஒரு கனவு போலக் கண்டேன்.

இப்படித்தான், காணும் பொருள்கள் எல்லாம், காண்பவனின் உணர்வுகளுக்கு ஏற்றபடி மாற்றம் கொள்கின்றன. இப்படித் தான், நாம் அவற்றில், அழகையும் அதிசயத்தையும் காண்கிறோம். உண்மையில் அவை நமக்குள்ளே இருந்து வருபவைதாம்.

நிலா ஒளி, செல்மாவின் முகம், கழுத்து, தோள்களின் மீது படிந்த போது, காதல் மற்றும் அழகின் தேவதையான இஸ்தாரை வழிபடும் ஒரு கலைஞனின் விரல்களில் உருவான தந்தச் சிலைபோலத் தோன்றினாள். அவள், என்னைப் பார்த்து, "ஏன் மௌனமாக இருக்கிறீர்கள்? ஏன் உங்கள்

கடந்த காலத்தை என்னிடம் சொல்லக் கூடாது?" என்று கேட்டாள். நான் அவளை உற்றுப் பார்த்த போது, என் மௌடீகம் மறைந்துவிட்டது. நான், என் உதடுகள் திறந்து, "இந்தக் கனிச்சோலைக்கு நாம் வந்தபோது, நான் சொன்னது உன் காதில் விழவில்லையா? மலர்களின் கிசுகிசுப்பையும், மௌனத்தின் பாடலையும் கேட்கும் உயிரால், என் ஆன்மாவின் அலறலையும், என் இதயத்தின் இரைச்சலையும் கேட்க முடியுமே," என்று கூறினேன்.

அவள் கரங்களால் தன் முகத்தைப் பொத்தியவாறு நடுங்கும் குரலில் இப்படிச் சொன்னாள்: "ஆமாம், நான் கேட்டேன். இரவின் நெஞ்சிலிருந்து வந்த குரலையும், பகலின் இதயத்திலிருந்து வந்த சினம் கொண்ட இரைச்சலையும் நான் கேட்டேன்."

என் கடந்த காலத்தையும், செல்மாவைத் தவிர - என் நிகழ்கால இருப்பையும் நான் மறந்தேன். "நான் உன் குரலையும் கேட்டேன் செல்மா. உற்சாக மூட்டும் இசை, காற்றில் துடிப்பதையும், அது, முழுப் பிரபஞ்சத்தை நடுங்கச் செய்வதையும் நான் கேட்டேன்," என்று சொன்னேன்.

என் வார்த்தைகளைக் கேட்டதும், அவள் தன் விழிகளை மூடிக் கொண்டாள். அவளது உதடுகளில் ஒரு புன்முறுவல் தோன்றியது, இன்பமும் துன்பமும் கலந்ததாக. அவள் மெல்லச் சொன்னாள்: "வானிலும் உயர்ந்ததாய், கடலிலும் ஆழமானதாய், பிறப்பு இறப்பிலும் விந்தை மிகுந்ததாய், காலத்தை விட அதிசயமானதாய் ஒன்று இருப்பதை நான் இப்போது கண்டு கொண்டேன். முன்பு அறிந்திராத ஒன்றை இப்போது நான் அறிந்து கொண்டேன்."

அந்தக் கணத்தில், செல்மா, நண்பனைவிட நெருக்கமானவளாய், சகோதரியைவிட நெருங்கியவளாய், காதலரைவிட

இனிமை மிக்கவளாய் ஆகிவிட்டாள். அவள், ஓர் மிகவுயர்ந்த சிந்தனையாய் ஓர் அழகிய கனவாய், என் உயிரில் குடி கொண்டு, என்னை வென்றுவிட்ட ஓர் உணர்வாய், ஆகிவிட்டாள்.

காதல் என்பது, நெடுங்காலத் தோழமையாலும், கட்டிக் காத்த தொடர்பாலும் விளைவது என்பது தவறானது. ஆன்ம உறவின் இறுக்கத்தில் ஊற்றெடுப்பது காதல். இந்த உறவின் இறுக்கம் ஒரு நொடியில் உருவாகவில்லை என்றால், பல ஆண்டுகளாலோ, தலைமுறைகளாலோ உருவாக்க முடியாது.

செல்மா தலையை உயர்த்தி, சன்னின் மலை, வானத்தை சந்திக்கும் அடிவானத்தை வெறித்துப் பார்த்திருந்துவிட்டு, "நேற்று நீங்கள் எனக்கு ஒரு சகோதரனைப் போல இருந்தீர்கள். என் தந்தையின் பாதுகாப்பில் உள்ள நான், உங்களுடன் அமர்ந்து, உங்களுடன் அமைதியாக வாழ்ந்திருந்தேன். இன்று நான் சகோதர உறவைக் காட்டிலும், இனியதும், புதியதுமான ஒன்றே உணர்கிறேன். அன்பும், அச்சமும் ஒன்று கலந்த இந்த அறிமுகமற்ற உணர்வு, என் இதயத்தை இன்பத்தாலும் துன்பத்தாலும் நிறைத்துவிட்டது" என்றாள்.

நான் மறுமொழி சொன்னேன்: "நாம் அஞ்சுகிற இந்த உணர்வு, நம் இதயங்கள் வழியாகக் கடந்து செல்கையில் நம்மைக் குலுக்கிவிடும் இந்த உணர்வு, இயற்கையின் விதி. இதுதான், நிலா, பூமியைச் சுற்றிவரச் செய்கிறது; பூமி, கடவுளைச் சுற்றிவரச் செய்கின்றது."

அவள் தன் கையை என் தலைமீது வைத்து, என் முடியைக் கோதிவிட்டாள். அவள் முகம் பிரகாச மடைந்தது. அல்லி மலரிலிருந்து உதிரும் பனித்துளிகள் போல, அவள் கண்ணீர் வடித்தாள்.

"நம் கதை நமக்குத் தெரியும். சந்தேகத்துடன் தடைகளை இந்த நேரத்தில் நாம் கடந்துவிட்டதை யார் நம்பப் போகிறார்கள்? இந்த நிசான் மாதம் நம்மிருவரையும் ஒன்று சேர்த்ததை யார் நம்புவார்கள்? புனிதத்தில் புனிதமான நிலையில் நம்மை இந்த மாதம் நிலைகொள்ளச் செய்ததை யார் நம்புவார்கள்?" என்றாள் செல்மா.

அவள் பேசிக் கொண்டிருந்த போது, அவள் கை விரல்கள், என் முடியைக் கோதியபடிதான் இருந்தன. என் தலையில் இருந்த அவள் கையைத் தவிர, வேறு எந்த முடியணியோ, மணிமகுடமோ எனக்கு மேலானதாகத் தோன்றவில்லை.

அப்புறம் நான் மறுமொழி சொன்னேன்: "மக்கள் நம் கதையை நம்ப மாட்டார்கள். ஏனென்றால், பருவ காலத்தின் உதவி இல்லாமலேயே வளர்ந்து மலரும் ஒரே பூ, காதல் ஒன்றுதான். நிசான் மாதம்தான், நம்மை முதல் முதலாக இணைத்ததா? இந்த மணிநேரம் தான் நம்மைப் புனிதத்தில் புனிதமான நிலையில் நிலைநிறுத்தியதா?

"பிறப்புக்கு முன்பே, நம் உயிர்களைச் சேர்த்து வைத்து, எல்லாப் பகல் இரவுகளிலும் நம்மைக் கைதியாக்கியது கடவுளின் கரமல்லவா? மனித வாழ்வு, கருப்பையில் ஆரம்பித்துப் புதைகுழியில் முடிவதல்ல. இந்த வான மண்டத்தில் வெண்ணிலாவும் விண் மீன்களும் நிறைந்துள்ளன. இங்கே காதல் இதயங்களும், உள்ளுணர்வுள்ள உயிர்களும், இல்லாமற் போய் விடவில்லை."

அவள் என் தலையைக் கோதிக் கொண்டிருந்த தன் கரத்தைப் பின் வாங்கிக் கொண்டாள். அப்போது இரவின் தென்றலுடன், என் மயிர்க் கால்களில் ஒரு மின்சார அதிர்ச்சியை நான் உணர்ந்தேன்.

தெய்வச் சிலையை முத்தமிட்டு ஆசிபெறும் ஒரு பக்தனைப் போல், நான் செல்மாவின் கையை எடுத்தேன்; அதன் மீது எரியும் என் உதடுகளைப் பதித்தேன்; நீண்ட தொரு முத்தமிட்டேன். அந்த நினைவு, என் உயிரின் எல்லா நற்பண்புகளையும், இனிமையையும் விழிப்புறச் செய்கின்றது; என் இதயத்தை உருக்கிவிடுகின்றது.

ஒவ்வொரு நிமிடமும் ஒரு வருடமாய் நகர்ந்து, ஒரு மணிநேரம் கழிந்தது. அந்த இரவின் அமைதி, நிலாவொளி, மலர்கள், மரங்கள் எல்லாம் சேர்ந்து, காதலைத் தவிர, எல்லா எதார்த்தங்களையும் மறக்கடித்துவிட்டன. அப்போது, குதிரை களின் பலத்த குளம்படியோசையும், வண்டிச் சக்கரங்களின் சப்தமும் திடீரெனக் கேட்டன. இனிய மயக்கத்திலிருந்தும், கனவுகளின் உலகத்திலிருந்தும், அந்த ஓசை, எங்களைக் குழப்பமும், கவலையும் சூழ்ந்த உலகிற்குள் தூக்கி வீசியது. பெரியவர் வீடு திரும்பிவிட்டார் என்பது தெரிந்தது. நாங்கள் எழுந்து, அவரைச் சந்திக்க, பழத் தோட்டத்தின் வழியாக நடந்து சென்றோம்.

தோட்டத்தின் வாயிலை வண்டி அடைந்த போது, ஃபார்ரிஸ் எபாண்டி, வண்டியை விட்டிறங்கி, மெல்ல எங்களை நோக்கி நடந்து வந்தார். கனத்த சுமையைச் சுமந்து வருபவர் போல சிறிது முன்பக்கம் சாய்ந்தபடி அவர் வந்து கொண்டிருந்தார். செல்மாவின் அருகில் வந்தவுடன் இரு கரங்களையும் அவள் தோள்மீது வைத்து அவளை உற்று நோக்கினார். அவரது சுருக்கங்கள் விழுந்த கன்னங்களில் கண்ணீர் பெருகி வழிந்தது. சோகப் புன்னகையுடன் அவர் உதடுகள் துடித்தன. அடைத்துக் கொண்ட கம்மிய குரலில் அவர் சொன்னார்: "என் அருமை செல்மா! வெகு சீக்கிரத் தில், நீ உன் தந்தையின் கைகளிலிருந்து, இன்னொருவன்

கைகளுக்குப் போய்விடப் போகிறாய். மிக விரைவில், விதி, உன்னை இந்தத் தனி வீட்டிலிருந்து உலகத்தின் விசாலமான முற்றத்திற்கு அழைத்துச் செல்லப் போகிறது. இந்தத் தோட்டம் உன் காலடியோசைகளை இழந்துவிடப் போகிறது. உன் தந்தை, உனக்கு ஓர் அன்னியனாகிவிடப் போகிறார். எல்லாம் முடிந்துவிட்டது. கடவுள் உன்னைக் காப்பாராக."

இதைக் கேட்டதும் செல்மாவின் முகம் இருண்டது. அவளது விழிகள், மரணத்தின் அறிகுறியைக் கண்டவை போல உறைந்துவிட்டன. அவள் அலறினாள். குண்டடிபட்ட பறவை போல அலறித்துடித்தாள்; நடுங்கினாள். அடைத்துக் கொண்ட குரலில், "என்ன சொல்கிறீர்கள்? நீங்கள் சொன்னதற்கு என்ன அர்த்தம்? என்னை எங்கே அனுப்பப் போகிறீர்கள்?" என்று சொல்லி அழுதாள்.

அப்புறம் அவள், விசாரிக்கும் பாவனையில் அவரை உற்றுப் பார்த்தாள், அவருடைய இரகசியத்தைக் கண்டு பிடிக்க முயல்பவள் போல. சில வினாடிகளில், அவள், "எனக்குப் புரிகிறது. எனக்கு எல்லாம் புரிகிறது. அந்தப் பாதிரியார் உங்களிடம் என்னைக் கேட்டிருக்கிறார். இந்தப் பறவையின் சிறகுகளை முறித்து ஒரு கூண்டுக்குள் அடைக்கப் போகிறார். இதுதானே அப்பா உங்கள் விருப்பம்?" என்றாள்.

ஒரு பெருமூச்சுதான் அவர் பதிலாக வந்தது. மென்மையாய் செல்மாவை வீட்டிற்குள் அழைத்துச் சென்றார். நான் தோட்டத்தில் நின்று கொண்டிருந்தேன். புயலில் சிக்கிய இலையுதிர் காலத்து இலைகளைப் போல, குழப்ப அலைகள் என்மீது வீச, நான் தடுமாறினேன். பிறகு நான் அவர்கள் பின்னே வீட்டிற்குள் சென்றேன். அவர்களுக்கு சங்கடத்தை உண்டாக்க வேண்டாமென்று கருதி, பெரியவரின் கையைப்

பிடித்துக் குலுக்கிவிட்டு, செல்மா என்ற என் அழகிய நட்சத்திரத்தைப் பார்த்துவிட்டு, வீட்டைவிட்டு வெளியேறினேன்.

தோட்டத்தின் எல்லையை நான் அடைந்தபோது, பெரிய வரின் குரல் கேட்டுத் திரும்பினேன். அவர் என்னிடம் வந்து, மன்னிப்புக் கேட்கும் பாவனையில் என் கையைப் பற்றிக் கொண்டு, "என்னை மன்னித்துவிடு மகனே. கண்ணீர் சிந்தி உன் இனிய மாலைப் பொழுதைப் பாழாக்கிவிட்டேன். தன்னந்தனியனாய் இந்த வீட்டில் இருக்கப் போகும் என்னைச் சந்திக்க வா. என் மகனே, ஒரு காலைப் பொழுது இரவை சந்திக்க விரும்பாதது போல, இளைஞன் முதிய வனை சந்திக்க விரும்பமாட்டான். ஆனால், நீ என்னைப் பார்க்க வரவேண்டும். நான் உன் தந்தையுடன் கழித்த நாட் களையெல்லாம் என் நினைவிற்குக் கொண்டுவர உதவு. வாழ்க்கையின் செய்திகளையெல்லாம் என்னிடம் சொல்லு, அது எனக்கு உதவமாற் போனாலும்கூட. செல்மா, என்னை விட்டுச் சென்றபின், நான் இந்த வீட்டில் தனிமையில் தவிக் கையில் என்னைப் பார்க்க வரமாட்டாயா ?" என்று கூறினார்.

இந்த துக்ககரமான வார்த்தைகளை அவர் சொன்ன பிறகு, அவர் கையைக் குலுக்கிவிட்டு, நான் நகர்கையில், சூடான அவரது கண்ணீர் என் கைகளின் மீது உதிரக் கண் டேன். துயரத்தாலும், உறவுப் பாசத் தாலும் நான் நடுங்கி னேன். துக்கத்தால் என் இதயம் நின்றுவிடும் போல் தோன் றியது. நான் தலைநிமிர்ந்து பார்க்கையில், என் கண்ணீரைக் கண்டுவிட்ட அவர், குனிந்து என் நெற்றியில் முத்தமிட்டு, "போய் வா மகனே, போய் வா" என்று கூறினார்.

ஓர் இளைஞனின் கண்ணீரைக் காட்டிலும் முதிய வரின் கண்ணீர் சக்தி வாய்ந்தது. பலவீனமான அவர் வாழ்வின் மிச்ச சொச்சம்தான், கண்ணீர். இளைஞனின் கண்ணீர்,

ரோஜா மலரிதழின் பனித்துளி போன்றது. ஆனால், முதியவரின் கண்ணீர், பனிக்காலம் வந்து கொண்டிருக்கும்போது, காற்றில் உதிரும் பழுத்த இலையைப் போன்றது.

ஃபர்ரிஸ் எபாண்டி கராமியின் இல்லத்தை விட்டு நான் புறப்பட்ட போது, செல்மாவின் குரல் என் செவிகளில் ஒலித்துக் கொண்டிருந்தது. அவள் அழகு, ஓர் ஆவியைப் போல் பின்பற்றி வந்தது. அவள் தந்தையின் கண்ணீர், மெல்ல என் கைகளில் உலர்ந்து கொண்டிருந்தது.

என் புறப்பாடு, சுவர்க்கத்திலிருந்து ஆதாம் வெளியேற்றப்பட்டது போல ஆயிற்று. இந்த முழு உலகத்தையும் ஏதேன் தோட்டமாக மாற்ற வல்ல, என் இதயத்தின் ஏவாள் மட்டும், என்னுடன் இல்லை.

அன்று இரவு, நான் மறுபிறவி எடுத்தேன். மரணத்தின் முகத்தை, நான் முதன் முதலாக சந்தித்தது போல் உணர்ந்தேன்.

இவ்வாறு, கதிரவன் உயிர்த்தெழுந்து, வயல்வெளிகளைத் தன் வெப்பத்தால் கொன்றது.

6

அக்கினி ஏரி

இரவின் இருளில் ஒருவன் செய்பவை எல்லாம் பகலில் வெளிச்சமாகி விடும். இரகசியமாகப் பேசியவை எல்லாம் பகிரங்கப் பேச்சாகி விடும். நம் குடியிருப்புகளில் நாம் செய்த இரகசியச் செயல்கள் எல்லாம் நாளை ஒவ்வொரு தெருவிற் கும் வந்து விடக்கூடும்.

இவ்வாறுதான், பிஷப் பூலோஸ் கலீப்புக்கும் ஃபார்ரிஸ் எபாண்டி கராமிக்கும் இடையில் நடந்த பேச்சுவார்த்தையில், பிஷப்பின் உள்நோக்கத்தை, இரவுப் பேய்கள் அக்கம் பக்கமெல்லாம் பகிரங்கப்படுத்த, அது என் காதுகளையும் வந்தடைந்தது.

அன்று இரவு அவர்களுக்கிடையில் நிகழ்ந்த உரை யாடல், ஏழைகள், விதவைகள், அனாதைகள் பற்றியதல்ல. அது, செல்மாவுக்கும், பிஷப்பின் மருமகன் மன்சூர் பே கலீப் பிற்கும் நடக்கப் போகும் திருமணத்தைப் பற்றியது.

செல்மா, எபாண்டியின் ஒரே செல்வ மகளாக இருந்த தால், அவள் அழகையோ, நற்பண்புகளைப் பற்றியோ கவ லைப்படாமல், அவள் செல்வத்திற்காக, அவளை மன்சூருக் குத் திருமணம் செய்து வைத்து அவனை மேலான நிலைக்கு உயர்த்த பிஷப் விரும்பினார்.

கீழ்நாட்டு மதத் தலைவர்கள் நன்கொடைகளால் நிறைவடைந்து விடுவதில்லை. தம் குடும்பத்தைச் சேர்ந்தவர்கள் எல்லாரும் மேலான பதவிகளையும், அதி காரங்களையும் பெற வேண்டுமென்று பாடுபட்டார்கள். அரியணை, அரச குடும்பத்தின் மூத்த மகனுக்குப் போய்ச் சேரும். ஆனால், மதத் தலைமையோ, தொற்று நோயைப் போல சகோதரர், மருமக்களையும் பற்றிக் கொள்கிறது.

கிறிஸ்துவ பிஷப்பும், முஸ்லீம் இமாமும், பிராமண குருவும், கடல் சிலந்தியைப் போல, பல கரங்களால் இரையைப் பற்றி இரத்தம் குடிக்கிறார்கள்.

பிஷப் தன் மருமகனுக்கு செல்மாவைக் கேட்டபோது, அந்தத் தந்தையின் பதில், மகளைப் பிரிய நேர்வதால் வடித்த கண்ணீராக இருந்தது. வளர்த்து ஆளாக்கிய தன் மகளைப் பிரிய எந்தத் தந்தையின் உயிரும் நடுங்கவே செய்யும்.

ஒரு மகளின் திருமணத்தின்போது பெற்றோர் அடையும் துயரம், மகனின் திருமணத்தின்போது அடையும் மகிழ்ச்சிக்குச் சமமானது. ஏனென்றால், மகன் ஒரு புதிய உறுப்பினரை வீட்டுக்குக் கொண்டு வருகிறான். மகளோ, திருமணத்தால், அவர்களுக்கு இழப்பாகப் போய் விடுகிறாள்.

பிஷப்பின் வேண்டுகோளை மனவேதனையுடன் எபாண்டி ஏற்றுக் கொண்டார். அந்த மருமகன், கயமையும், ஊழலும், வெறுப்பும் மிக்க கொடியவன்.

லெபனானில், ஒரு கிறிஸ்துவன் பிஷப்பை எதிர்த்துக் கொண்டு நன்றாக வாழ்ந்து விட முடியாது. மதத் தலைவரை எதிர்த்து விட்டு, தன் மரியாதையை ஒருவரால் காப்பாற்றிக் கொள்ளவும் முடியாது. தம்மைக் குத்த வராதவரை, விழிகள்,

வேலை எதிர்ப்பதில்லை. தன்னை வெட்ட வராதவரை, கை, வாளைப் பற்றுவதுமில்லை.

பெரியவர், பிஷப்பிற்கு மறுப்புத் தெரிவித்திருந்தால், செல்மாவின் வாழ்வு நாசமாக்கப்பட்டிருக்கும். அவள் பெயர், அழுக்குப் படிந்த வாய்களால் அவமானப்படுத்தப் பட்டிருக்கும் எட்டாத திராட்சைக் குலை, நரிக்குப் புளிப்புத்தான்.

அவமானப்படுத்தப்பட்ட அடிமை போல, செல்மா, கீழைநாட்டுப் பெண்களின் பரிதாபத்திற்குரிய ஊர்வலத்தில் தள்ளப்பட்டாள். பௌர்ணமி நிலவில், வெள்ளை நறுமணச் சிறகுகளுடன் வானில் பறந்து திரிந்த பெருமை மிக்க ஓர் உயிர், ஒரு பொறியில் சிக்கி விட்டது.

சில நாடுகளில், பெற்றோரின் செல்வமே பிள்ளை களுக்குப் பெரும் துயரமாக அமைந்து விடுகிறது. தந்தையும், தாயும் கவனமாகப் பூட்டி வைத்த அகன்ற பெட்டி, பிள்ளை களின் இருண்டு குறுகிய சிறையாகி விடுகின்றது. சர்வ வல்லமை படைத்த தினார் நாணயத்தை மக்கள் வழிபட்டால், அது ஒரு பூதமாகி, அவர்களைத் தண்டிக்கும்.; இதயத்தைக் கொல்லும். தந்தையின் செல்வத்திற்கும், மணமகனின் பேரா சைக்கும் பலியாகிப் போனவள் செல்மா. அவள் தந்தை பணக்காரராக இல்லாமலிருந்தால், அவள் மகிழ்ச்சியாக இருந்திருப்பாள்.

ஒரு வாரமாயிற்று. செல்மாவின் காதல்தான் என் ஒரே மகிழ்ச்சி. அது, இரவில் ஆனந்த கீதம் பாடியது. விடியல் வாழ்வின் இரகசியத்தையும், இயற்கையின் இயல்பையும் உணர்த்த, என்னை எழுப்பியது. தெய்வீகக் காதல் பொறாமையற்றது; வளமானது; உயிருக் ஊறு செய்யாதது. அந்த ஆழ்ந்த உறவுதான், ஆன்மாவை மனநிறைவால் குளிப் பாட்டும். பாசத்திற்காக ஏங்கும் அந்தப் பெரும் பசி,

நிறைவடையும்போது, அது, ஆன்மாவைக் கருணையில் குளிப்பாட்டும். ஆன்மாவை கிளறி விடாமல், நம்பிக்கை யூட்டும் மென்மை, பூமியை சுவர்க்கமாக்கும்; வாழ்வை இனி மையும், அழகும் நிறைந்த கனவாக மாற்றும். அதிகாலைப் பொழுதில், நான் வயல்வெளிகளில் நடந்து செல்லும்போது, இயற்கையின் விழிப்பில் நிரந்தரத்தைக் காண்கிறேன். கடற் கரையில் அமர்கையில், அந்த நிரந்தரத்தின் பாடலை அலை கள் பாடுவதைக் கேட்கிறேன். தெருவில் நடந்து செல்கை யில், மக்கள் போக்குவரத்திலும், உழைப்பாளரின் பணிகளி லும், மனிதகுலத்தின் பெருமையையும், வாழ்வின் அழகையும் காண்கிறேன்.

அந்த நாள்கள் பேய்களைப் போல் கடந்து சென்றன; மேகங்களைப் போல் கரைந்து மறைந்தன. அப்புறம், துயர நினைவுகளைத் தவிர வேறொன்றும் மிஞ்சவில்லை. இள வேனில் அழகையும், இயற்கையின் விழிப்பையும் கண்ட என் கண்கள், புயலின் கடுமையையும், குளிர்காலத்தின் துன்பத் தையும் தவிர வேறெதையும் காணவில்லை. அலைகளின் இனிய பாடலைக் கேட்ட என் செவிகள், காற்றின் ஓலத்தை யும், பாறை மீது மோதும் அலைகளின் புலம்பலையும் தவிர வேறெதையும் கேட்கவில்லை. மனிதகுலத்தின் ஆற்றலையும் பிரபஞ்சத்தின் பெருமையையும் உணர்ந்த என் உயிர், தோல்வி, ஏமாற்றங்கள் தந்த அனுபவத்தால் சித்திரவதைப் பட்டது. அந்தக் காதல் நாட்களை விட வேறெதுவும் சிறந்த அழகுடையதாக இல்லை. துயரத்தின் அந்தக் கொடிய இரவு களைப் போல வேறெதுவும் அவ்வளவு கசப்பானதாக இல்லை.

அந்தத் தாக்குதல்களைத் தாங்கிக் கொள்ள முடியாமல், நான் மீண்டும் ஒரு முறை செல்மாவின் வீட்டிற்குச் சென் றிருந்தேன். அது என் ஆலயம். அங்கேதான், அழகின் சிலை

முறிந்த சிறகுகள்

நிறுவப்பட்டிருந்தது; காதல் வாழ்த்தப் பட்டது. உயிர் ஆராதனை செய்தது; இதயம் மண்டியிட்டு வழிபட்டது.

நான் தோட்டத்தினுள் நுழைந்தபோது, ஒரு சக்தி என்னை இந்த உலகத்திலிருந்து வெளியே இழுத்து, போராட்டத்தில் இருந்தும், துன்பங்களிலிருந்தும் விடுவித்து, இயற்கைக்கு அப்பாற்பட்ட உலகில் என்னைக் கொண்டு சேர்த்தது..

சுவர்க்கத்தை உணர்ந்து கொண்ட ஒரு ஞானியைப் போல, நான் மரங்கள், மலர்களிடையே நின்று கொண்டிருந்தேன். என் மகிழ்ச்சியும், துயரமும் ஆரம்பமான அந்த இரவில், நாங்கள் ஒரு வாரத்திற்கு முன் அமர்ந்து பேசிய அதே மல்லிகை மரநிழலில், செல்மா அமர்ந்திருப்பதைக் கண்டேன்.

நான் அவளருகில் சென்றபோது, அவள் அசையவோ, பேசவோ இல்லை. நான் வருவதை உள்ளுணர்வால் அறிந்திருப்பாள் போல் தோன்றியது. நான் அருகில் அமர்ந்தபோது, ஒரு கணம் என்னை உற்றுப் பார்த்து விட்டு, ஆழ்ந்த பெரு மூச்சு விட்டாள். பிறகு, தலையைத் திருப்பி வானத்தைப் பார்த்தாள். மாய மௌனத்தின் ஒரு கணப் பொழுதிற்குப் பின், என் பக்கம் திரும்பி, நடுக்கத்துடன் என் கைகளைப் பற்றிக் கொண்டு மிக மெல்லிய குரலில், "நண்பரே, என் னைப் பாருங்கள்; எதை என்னிடம் தெரிந்து கொள்ள விரும்பு கிறீர்களோ, எதை என்னால் சொல்ல முடியவில்லையோ, அதை, என் முகத்தில் தேடிப் படித்துக் கொள்ளுங்கள். என் அன்பானவரே, என்னைப் பாருங்கள்... என் சகோதரரே, என்னைப் பாருங்கள்..." என்றாள்.

நான் ஆழமாக அவளை உற்றுப் பார்த்தேன். சில நாட் களுக்கு முன்பு இராப்பாடிப் பறவையின் சிறகுகள் போல அசையவும், உதடுகள் போலச் சிரிக்கவும் செய்த அவள்

கண்கள், துன்பத்தாலும், கவலையாலும் ஆழ்ந்து போய்ப் பளபளத்தன. கதிரவன் முத்தமிட மலர்ந்த அல்லி மலரின் இதழ்கள் போல இருந்த அவள் முகம், ஒளிமங்கி, நிறமிழந்து காணப் பட்டது. அவளது இனிய உதடுகள், இலையுதிர் காலம் விட்டு விட்டுச் சென்ற, காம்பிலேயே வாடி உதிரும் இரு ரோஜா இதழ்களைப் போல் காணப்பட்டன. தலையில் குடிகொண்ட கவலையின் கனத்தால், அவளது தந்தக் கழுத்து முன்னே சாய்ந்திருந்தது.

இந்த மாற்றங்களையெல்லாம் நான் செல்மாவின் முகத் தில் கண்டேன். ஆனால், அந்த முகம், நகரும் மேகத்தால் மேலும் அழகு பெறும் நிலவைப் போல, எனக்குத் தோன்றி யது. எவ்வளவு துன்பத்தையும், வலியையும் பேசினாலும், உள்ளார்ந்த இறுக்கத்தை வெளிப்படுத்தும் ஒரு பார்வை, முகத்திற்கு அதிக அழகைச் சேர்க்கின்றது. ஆனால், மௌனத்தின் மூலம், ஒரு முகம், ஒளிந்திருக்கும் இரகசியங் களை வெளிப் படுத்தவில்லையானால், அது அழகாக இருக் காது. அது எவ்வளவு சமச்சீராக அமைந்திருந்தாலும், திராட்சை மதுவின் நிறம், கண்ணாடிக் கோப்பை வழியாக இருப்பது, நம் கண்ணுக்குப் புலப்படாத வரை, கோப்பையில் நம் உதடு கள் படிவதில்லை.

அன்று மாலை, செல்மா, வாழ்வினுடைய கசப்பும் இனிப் பும் கலந்து நிறைந்த தெய்வீக திராட்சை மதுக் கோப்பை போலத் தோன்றினாள். தன் கழுத்தின் மீது கணவனின் கனத்த நுகத்தடி விழும் வரை, தன் பெற்றோரை விட்டுப் பிரியாதவளும், மாமியார் கொடுமைக்கு ஆளாகி அடிமை யாகும் வரை, தன் அன்புத்தாயின் அரவணைப்பிலிருந்து பிரியாதவளுமான, ஒரு கீழை நாட்டுப் பெண்ணின் சின்ன மாகத் தான் இருந்தது, அவளுக்கே தெரியாது.

பிரபஞ்சம் மங்கி மறைந்து, காலம் நின்று விட்டதைப் போலத் தோன்றும் வரை, நான், ஆவி சோர்ந்த செல்மாவின் முகத்தைப் பார்த்துக் கொண்டே இருந்து, அவள் துயரத்தில் பங்கு கொண்டேன். அவளது இரு பெரிய விழிகள் என்னையே வெறித்துப் பார்த்துக் கொண்டிருந்தன. அவளது குளிர்ந்து போன கரங்கள், என் கைகளைப் பற்றிக் கொண்டு நடுங்கியதையும் நான் கண்டேன்.

செல்மாவின் குரல், என் மயக்க நிலையை விழிப்படையச் செய்தது.

"என் அன்பானவரே, அந்தப் பயங்கர எதிர்காலம் வந்து விடுமுன், அதைப் பற்றிப் பேசலாம், வாருங்கள். சாகும் வரை எனக்கு வாழ்க்கைத் துணைவராக இருக்கப் போகிற ஒருவரைப் பார்க்க, என் தந்தை இப்போதுதான் புறப்பட்டுப் போனார். கடவுளின் விருப்பத்தால் என்னைப் பெற்றெடுத்த தந்தை, வாழ்க்கை முழுவதும் எனக்கு எஜமானராக இருக்க உலகம் தேர்ந்தெடுத்த மனிதரைச் சந்திக்கப் போகிறார். இந்த இளமைப் பருவம் வரை எனக்குத் துணை நின்ற முதியவர், இந்த நகரின் இதயத்தில், வருங்காலத்தில் எனக்குத் துணையிருக்கப் போகிற இளைஞரைச் சந்திக்கப் போகிறார்.

"இன்றிரவு இரு குடும்பத்தாரும், திருமண நாளை நிச்சயிக்கப் போகிறார்கள். என்ன அதிசயமான கனத்த நேரம் இது! சென்ற வாரம், இதே நேரம், இதே மல்லிகை மரத்தடியில், காதல் முதன் முதலாக என் உயிரைத் தழுவியது. அதே சமயம், பிஷப்பின் வீட்டில், என் வாழ்வுக் கதையின் முதல் வார்த்தையை, விதி எழுதிக் கொண்டிருந்தது. இப்போது, என் தந்தையும், என் மணமகனும் திருமணம் பற்றித் திட்டமிட்டுக் கொண்டிருப்பார்கள். பசித்த பாம்பு காவல் காக்கும் ஊற்று நீருக்கு மேலே, தாகம் கொண்ட பறவை சிறகடிப்பது

போல, உங்கள் உயிர் என்னைச் சுற்றிச் சிறகடிக்கின்றது. ஆ! இந்த இரவு எவ்வளவு சிறந்தது! இதன் மர்மம் எவ்வளவு ஆழமானது!"

இந்த வார்த்தைகளைக் கேட்டபோது இருண்ட ஏக்கப் பேய், எங்கள் காதலை இறுகப் பிடித்து, அதன் குழந்தைப் பருவத்திலேயே மூச்சு முட்டக் கொல்வதை உணர்ந்தேன். *"அந்தப் பறவை தாகத்தால் சாகும் வரை அந்த ஊற்றின் மீது சுற்றிச் சுற்றிப் பறந்து கொண்டேதான் இருக்கும்; அல்லது அந்தப் பாம்பின் வாயில் விழுந்து, அதற்கு இரையாகும்."*

அவள் பதில் சொன்னாள்:

"இல்லை, என் அன்பரே! இந்த இராப்பாடி உயிரோடு இருக்க வேண்டும், பாடியபடியே, இருள் வரும்வரை; வசந்தம் கடந்து செல்லும் வரை; உலகம் முடிவடையும் வரை, நிரந்தரமாய் பாடிக் கொண்டே இருக்க வேண்டும். அதன் குரல் நிறுத்தி விடப்படக் கூடாது. ஏனென்றால், அது என் இதயத் திற்கு உயிர்ப்பைக் கொண்டு வரும். அதன் சிறகுகள் முறிக் கப்பட்டு விடக் கூடாது. ஏனென்றால், அவற்றின் சிறகடிப்பு கள், என் இதயத்தை மூடியிருக்கும் மேகத்தை விரட்டி விடும்."

அப்புறம் நான், *"செல்மா, என் அன்பே, தாகம் அதைக் களைப்படையச் செய்து விடும்; அச்சம் அதைக் கொன்று விடும்,"* என்றேன்.

உடனே அவள், தன் நடுங்கும் உதடுகளால் பதில் சொன் னாள்: *"ஆன்ம தாகம், இந்த உலகின் திராட்சை மதுவை விட இனிப்பானது. ஆன்ம பயம், உடல் பாதுகாப்பை விட உயர்ந்தது. கேளுங்கள், என் அன்பரே, கவனமாகக் கேளுங் கள். புதிய வாழ்வின் வாசற்படியில் இன்று நான் நின்று கொண்டிருக்கிறேன். ஆனால், அதைப் பற்றி எனக்கு ஒன் றுமே தெரியாது. கீழே விழுந்து விடாமல், கவனமாக நடக்கும்*

ஒரு அந்தகனைப் போல நான் இருக்கிறேன். என் தந்தையின் செல்வம் என்னை அடிமைச் சந்தைக்கு அனுப்பி விட்டது. அந்த மனிதரை எனக்குத் தெரியாது; ஆனால் அவரை நான் நேசிக்கக் கற்றுக் கொள்ள வேண்டும். அவருக்குப் பணிவிடை செய்ய வேண்டும்; அவரை மகிழச் செய்ய வேண்டும். ஒரு பலவீனமான பெண், வலிமையான ஆண் மகனுக்குக் கொடுக்க வேண்டியதையெல்லாம் நான் அவருக்குக் கொடுக்க வேண்டும்.

"ஆனால், அன்பரே, நீங்கள் இன்னும் வாழ்வின் துவக்கத்தில் இருக்கிறீர்கள். மலர்க் கம்பளம் விரிக்கப்பட்ட, வாழ்வின் விசாலமான பாதையில் நீங்கள் நடந்து செல்லலாம். உங்கள் இதயத்தை ஒரு பந்தம் ஆக்கி, பாதையில் ஒளியேற்றி உலகத்தின் குறுக்கே சுதந்திரமாகப் பயணம் செய்யலாம். நீங்கள் விரும்பியபடி நினைக்கலாம், பேசலாம், சுதந்திரமாக நடந்து கொள்ளலாம். வாழ்வின் முகத்தின் மீது உங்கள் பெயரை எழுதி விடலாம். ஏனென்றால், நீங்கள் ஒரு ஆண்மகன். உங்கள் தந்தையின் செல்வம், விற்கப்படவும், வாங்கப்படவும் உங்களை அடிமைச் சந்தைக்கு அனுப்பி விடவில்லை. அதனால், நீங்கள் எஜமானராக வாழலாம். நீங்கள் விரும்பும் பெண்ணை மணந்து கொள்ளலாம். அவள் உங்கள் வீட்டில் வாழ வருவதற்கு முன், அவளை உங்கள் இதயத்தில் வாழ வைக்கலாம். எந்தத் தடையுமில்லாமல், நம்பிக்கைகளைப் பரிமாறிக் கொள்ளலாம்."

கணநேர மௌனத்திற்குப் பிறகு செல்மா தொடர்ந்தாள்: "இந்த நேரத்தில்தானா வாழ்வு நம்மைத் தனித் தனியே பிரித்து, உங்களுக்குப் பெருமையையும், எனக்குப் பெண்ணின் கடமையையும் தர வேண்டும்? இதற்குத்தானா, பள்ளத்தாக்கு, வானம்பாடியின் பாடலை தன் அடியாழங்களால் விழுங்க வேண்டும்? காற்று, ரோஜா இதழ்களைச் சிதறடிப்பதும்,

கால்கள் மதுக் கோப்பையில் இடறுவதும் இதற்குத்தானா? சிறகுகள் களைத்துப் போகும் வரை விண்மீன்களை நோக்கிப் பறந்த நாம்தானா, இப்போது, நரகப் பாழில் விழுந்து கொண்டிருக்கிறோம்? நம்மிடம் வந்தபோது காதல் உறக்கத்தில் இருந்ததா? அது விழித்துக் கொண்ட போது சினம் கொண்டு நம்மைத் தண்டிக்க முடிவெடுத்து விட்டதா? அல்லது நம் உயிர்கள், இந்த மெல்லிய பூங் காற்றை, பலத்த காற்றாக மாற்றி, நம்மைத் துண்டு துண்டாகக் கிழித்து, பள்ளத்தாக்கின் ஆழத்திற்குள் புழுதியில் ஊதி விட்டதா? எந்தக் கட்டளையையும் நாம் மீறவில்லையே! விலக்கப்பட்ட கனியை நாம் புசிக்கவும் இல்லையே! எது நம்மை இந்த சுவர்க்கத்தை விட்டு விரட்டுகின்றது? நாம் சதி செய்யவும் இல்லை; கலகம் செய்யவும் இல்லை. அப்படியிருந்தும் நாம் ஏன் நரகத்தை நோக்கி விழுந்து கொண்டிருக்கிறோம்? இல்லையில்லை. நம்மை ஒன்று சேர்த்த கணங்கள், நூற்றாண்டுகளை விடப் பெரியவை. நம் உயிர்களில் ஒளியேற்றிய வெளிச்சம், இருளை விட வலியது. கொந்தளிக்கும் கடல் மீது புயல் நம்மைப் பிரித்தாலும், அமை தியான கரையில் அலைகள் நம்மை ஒன்று சேர்க்கும். நிரந்தர மரணத்தை எதிர்கொண்டாலும், ஒரு பெண்ணின் இதயம், கால மாற்றத்திற்கேற்பவோ, பருவ காலங்களுக்கேற்பவோ மாறாது. அது என்றும் அழியாதது. பெண்ணின் இதயம், வயல்வெளிப் போர்க்களமாக மாறியது போன்றது. மரங்களெல்லாம் வேரோடு பிடுங்கி எறியப்பட்டாலும், பாறைகள் எல்லாம் இரத்தத்தில் மூழ்கி விட்டாலும், பூமியின் மீது எலும்புகளும் மண்டையோடுகளும் குவிந்து விட்டாலும், அது ஒன்றுமே நடக்காதது போல அமைதியாக இருக்கும். இளவேனிலும், இலையுதிர் காலமும் முறைபோட்டு வந்து தம் பணிகளை ஆற்றும்.

"ஆனால், அன்பரே, இப்போது நாம் என்ன செய்வது? நாம் எப்படிப் பிரிவது? எப்போது சந்திப்பது? மாலையில்

முறிந்த சிறகுகள்

வந்து, காலையில் விடைபெற்றுச் செல்லும் வினோத விருந் தாளியைப் போலக் காதலை நாம் கருதுவதா? அல்லது, இந்தப் பாசத்தை, உறக்கத்தில் வந்து விழிப்பில் விடைபெறும் ஒரு கனவாக நினைப்பதா? இந்த ஒருவார காலத்தை, அமை தியால் நீக்கப்பட்ட ஒரு மணி நேர மயக்கமாகக் கொள்வதா?

"என் அன்பரே, உங்கள் தலையை உயர்த்தி என்னைப் பாருங்கள். வாயைத் திறவுங்கள். உங்கள் குரலை நான் கேட்கட்டும். பேசுங்கள்! நம் காதல் கப்பலை இந்தப் புயல் மூழ்கடித்த பின்னும் என்னை நினைத்துக் கொள்வீர்களா? இரவின் அமைதியில், என் சிறகுகள் பேசுவதை நீங்கள் கேட்பீர்களா? என் உயிர் உங்களைச் சுற்றி வட்டமிட்டுப் பறப்பது உங்களுக்குக் கேட்குமா? எனது நிழல், வைகறை யின் நிழல்களோடு கலந்து வந்து, விடியலின் பாயும் ஒளியில் மறைந்து போகுமா? சொல்லுங்கள் என் அன்பரே! என் விழி களின் மந்திர ஒளிக்கதிராகவும், என் செவிகளின் இனிய கீதமாகவும், என் ஆன்மாவின் சிறகுகளாகவும் இருந்த நீங்கள், இனி என்ன ஆகப் போகிறீர்கள்? என்ன ஆகப் போகிறீர்கள்?"

இந்தச் சொற்களைக் கேட்டு என் நெஞ்சம் உருகியது. "என் அன்பே, நான் என்னவாக இருக்க வேண்டு மென்று நீ விரும்புகிறாயோ, அதுவாக நான் இருப்பேன்," என்று நான் பதில் கூறினேன்.

அப்புறம் அவள் சொன்னாள்:

"ஒரு கவிஞன் தன் சோக எண்ணங்களைக் காதலிப்பது போல, நீங்கள் என்னைக் காதலிக்க விரும்புகிறேன். தாகம் தணிக்கையில் தன் நிழலுருவம் தெரிந்த ஒரு தடாகத்தை, ஒரு வழிப்போக்கன் நினைவு கூர்வதைப் போல, நீங்கள்

என்னை நினைத்துக் கொள்ள வேண்டும். வெளியுலகின் வெளிச்சத்தைக் காணுமுன் இறந்து விட்ட ஒரு குழந்தையை, அதன் தாய் நினைவு கொள்வது போல, நீங்கள் என்னை நினைத்துக் கொள்ள வேண்டும். தன் மன்னிப்பு போய்ச் சேருவதற்குள், மரணமடைந்து விட்ட ஒரு கைதியை மன்னன் நினைத்துக் கொள்வது போல, நீங்கள் என்னை நினைத்துக் கொள்ள வேண்டும். நீங்கள் என் தோழராக இருந்து, என் தந்தையை வந்து பார்த்து அவர் தனிமையைப் போக்கி ஆறுதலளிக்க வேண்டும். ஏனென்றால், நான் விரைவில் சென்று விடுவேன்; அவருக்கு அந்நியப் பெண் ஆகி விடுவேன்."

அதற்கு நான், "நீ சொன்னபடி நான் செய்வேன். உன் ஆன்மாவிற்கு நான் உறையாவேன். உன் அழகிற்கு என் இதயம் ஓர் இல்லமாகும். என் இதயம் உன் துன்பங்களுக்குக் கல்லறையாகும். புல்வெளிகள் வசந்த காலத்தை நேசிப்பது போல, செல்மா, நான் உன்னை நேசிப்பேன். கதிரொளியில் மூழ்கிய ஒரு மலரின் வாழ்வைப் போல, நான் உன்னுள் வாழ்வேன்.

"பள்ளத்தாக்குகள், கிராமத்துக் கோவில்களின் மணி யோசையை எதிரொலித்துப் பாடுவது போல, நான் உன் பெயர் சொல்லிப் பாடுவேன். அலை சொல்லும் கதையைக் கரை கேட்பது போலவும், ஒரு தேசாந்திரி தன் தாயகத்தை நினைத்துக் கொள்வது போலவும், முடியிழந்த மன்னன், தன் பெருமைமிக்க நாட்களை நினைத்துக் கொள்வது போலவும், ஒரு கைதி, தன் விடுதலை நாளை நினைத்துக் கொள்வது போலவும், நான் உன்னை நினைத்துக் கொள்வேன். ஓர் உழவன், தன் களத்துமேட்டின் கோதுமைக் கதிர்க் கட்டு களை நினைத்துக் கொள்வது போலவும், இடையன் பசும்புல்

வெளிகளையும், இனிய சிற்றோடைகளையும் நினைத்துக் கொள்வது போலவும், உன்னை நான் நினைத்துக் கொள்வேன்" என்று கூறினேன்.

என் பேச்சைக் கேட்ட செல்மா, துடிக்கும் இதயத்தோடு, "உண்மை நாளைக்குப் பிசாசைப் போல வரும். என் விழிப்பு ஒரு கனவு போல இருக்கும். பேயைத் தழுவிக் கொள்ளும் காதலன் மனநிறைவு பெற முடியுமா? கனவில் கண்ட நீரூற்றில் தாகம் கொண்டவன் தன் தாகத்தைத் தணித்துக் கொள்ள முடியுமா?" என்று கூறினாள்.

நான் அவளுக்குச் சொன்ன பதில்: "நாளை, விதி உன்னை ஒரு அமைதியான குடும்பத்திற்குள் கொண்டு சேர்க்கும். ஆனால், அந்த விதி, என்னை, போராட்டமும், யுத்தமும் நடக்கும் உலகிற்கு அனுப்பி விடும். உன் அழகினாலும், கற்பினாலும் அதிர்ஷ்டம் பெற்ற ஒருவனின் வாய்ப்பினால், அவன் வீட்டில் நீயிருப்பாய். நானோ, வேதனையும், அச்சமும் கொண்ட வாழ்வை வாழ்ந்து கொண்டிருப்பேன். நீ, வாழ்வின் வாசலில் நுழையும்போது, நான் மரணத்தின் வாசலை அடைவேன். நீ உபசரிப்புடன் வரவேற்கப்படுகையில், நான் ஏகாந்தத்தில் நுழைந்து விடுவேன். ஆனால், நான் ஒரு காதல் சிலையை மரணப் பள்ளத்தாக்கில் நிறுவி, அதை வழிபடுவேன்.

"என் ஒரே ஆறுதல் அந்தக் காதல்தான். நான் காதலை, திராட்சை மதுவைப் போல் குடிப்பேன்; அதை ஆடையாக அணிந்து கொள்வேன். அதிகாலைப் பொழுதில், காதல், என்னை உறக்கத்திலிருந்து விழிக்கச் செய்து தூரத்து வயல்களுக்கு அழைத்துச் செல்லும்; நண்பகலில், மரநிழல்களுக்கு இட்டுச் செல்லும். அங்கே நான், பறவைகளோடு சேர்ந்து, கதிரவனின் வெப்பத்தில் இருந்து பாதுகாப்புப் பெறுவேன்;

மாலைப் பொழுதில், என்னை அஸ்தமனத்தின் முன்நிறுத்தி, பகலின் ஒளிக்கு இயற்கை பாடும் வழியனுப்புப் பாடலை நான் கேட்கும்படிச் செய்து, பூதாகரமான மேகங்கள் வானில் நீந்துவதை எனக்குக் காட்டும்.

"இரவு நேரத்தில், காதல் என்னைத் தழுவிக் கொள்ளும். காதலர்கள், கவிஞர்களின் ஆன்மாக்கள் வாழும் தேவ உலகைக் கனவு காண்பேன். இளவேனிற்காலத்தில், ஊதாப்பூ, மல்லிகை மலர்களின் நடுவே, காதலுடன் கைகோர்த்துச் செல்வேன்; அல்லிக் கோப்பைகளில் மிஞ்சியிருக்கும் பனிக் காலத்தின் துளிகளை அருந்துவேன். கோடைகாலத்தில், புல்லை மெத்தையாக்கி, வைக்கோலைத் தலையணையாக்கிக் கொள்வோம். நாங்கள் நிலாவையும், விண்மீன்களையும் வெறித்துப் பார்த்துக் கொண்டிருக்கையில், நீல வானம் எங்களை மூடி விடும்.

"இலையுதிர் காலத்தில், நானும் காதலும் திராட்சைத் தோட்டங்களுக்குச் சென்று, பிழியும் இயந்திரத்தின் அருகில் அமர்ந்து, திராட்சைக் கொத்து தன் அணிகலன்களை இழந்து சாறு பிழிவதைப் பார்ப்போம். வலசை போகும் பறவைகள் எங்கள் மீது சிறகடித்துச் செல்லும். குளிர்காலத்தில், நெருப்பருகில் அமர்ந்து, பழங்கதைகளையும், தொலைதூர நாடுகளின் வரலாறுகளையும் பேசுவோம்.

"இளமைப் பருவத்தில் காதல், எனக்கு ஆசிரியன்; நடுத்தர வயதில் துணைவன்; முதுமையில் என் ஆனந்தம். அன்பே, என் ஆருயிர் செல்மா, வாழ்வின் இறுதிவரை என்னோடு இரு. மரணத்தின் பின், கடவுளின் கை, நம்மை ஒன்று சேர்க்கும்."

இதயத்தின் அடியாழத்திலிருந்து எழுந்த இந்த வார்த்தைகள், சீறி எழுந்த நெருப்புப் போலப் பொங்கி, சாம்பலில்

அடங்குவது போலப் படிந்து விட்டன. செல்மா அழுது கொண்டிருந்தாள். உதடுகள் போன்ற அவள் விழி இமைகள், கண்ணீரால் எனக்கு பதில் சொல்வது போலிருந்தது.

செல்மாவின் உயிரும், என் உயிரும், ஒரு மாய உலகில், துயரம் கலந்த இன்பப் பொழுதில் பறப்பதை, காதலின் சிறகு களைப் பெறாதவர்களால், மேகங்களுக்கு அப்பால் பறந்து காண முடியாது. காதல், யாரைத் தன்னைப் பின்பற்றுகிறவர் களாகத் தேர்ந்தெடுக்கவில்லையோ, அவர்களால், காதலின் அழைப்பைக் கேட்க முடியாது. இந்தக் கதையும் அவர் களுக்காக அல்ல. இந்தப் பக்கங்களின் பொருளை அவர்கள் புரிந்து கொண்டாலும், சொல்லாடை பூணாத, இந்தப் பக்கங் களில் இல்லாதவற்றினஅ அர்த்தங்களின் நிழல்களை, அவர் களால் உணர்ந்து கொள்ள முடியாது.

காதலின் கோப்பையிலிருந்து மதுவைப் பருகாத மனிதன் என்ன மனிதன்? ஆண் பெண்களின் இதயங்களால் தள மிடப்பட்டதும், கனவுகளால் இரகசிய விதானம் அமைக்கப் பட்டதுமான ஒளிக் கோயிலின் முன் பய பக்தியுடன் நிற்காத உயிர் என்ன உயிர்? தன் மீது விடியல், ஒரு துளிப் பனியைக் கூட என்றுமே சிந்தாத இலைகளின் மலர் என்ன மலர்? கடலைப் போய்ச் சேராமல் காணாமல் போகும் நீரோடை, என்ன நீரோடை?

செல்மா முகம் உயர்த்தி, வானவெளியில் பதிக்கப் பட்டிருக்கும் தெய்வீக விண்மீன்களைப் பார்த்தாள். தன் கரங்களை நீட்டினாள். அவள் விழிகள் விரிந்தன. உதடுகள் துடித்தன. அவளது வெளிறிய முகத்தில், துயரம், அடக்கு முறை, நம்பிக்கையின்மை, வேதனை ஆகியவற்றின் அடை யாளங்கள் தெரிந்தன.

அப்புறம் அழுதபடி சொன்னாள்: "இறைவா, நீங்கள் புண்படும்படி பெண் என்ன குற்றமிழைத்தாள்? உங்கள் தண்டனை பெறும்படி அவள் என்ன பாவம் செய்தாள்? நிரந்தரத் தண்டனை பெறும்படி அவள் செய்த குற்றம்தான் என்ன? ஓ, இறைவா, நீங்கள் வலிமை படைத்தவர்; நானோ தங்கள் அரியணைக்கடியில் ஊர்ந்து கொண்டிருக்கும் அற்பப்புழு. நீங்கள் ஏன் என்னைக் காலடியில் போட்டு நசுக்குகிறீர்கள்? நீங்கள் சீறி வரும் புயல்; நான் புழுதி மண். குளிர்ந்த பூமியின் மீது என்னை ஏன் வீசியடிக்கிறீர்கள்? நீங்கள் வல்லமை படைத்தவர்; நான் சக்தியற்றவள். என்னோடு ஏன் போரிடுகிறீர்கள்?

"நீங்கள் கருணையாளர்; நான் உங்களை வழிபடுபவள். என்னை ஏன் அழிக்கத் துணிந்தீர்கள்? நீங்கள் பெண் ணைக் காதலுடன்தான் படைத்தீர்கள். அந்தக் காதலைக் கொண்டே அவளை ஏன் அழிக்கிறீர்கள்? அவளை உங்கள் வலக்கரத்தால் தூக்கி, இடக்கரத்தால் நரகப் பாழியில் வீசுவது ஏனென்று அவளுக்கு விளங்கவில்லை. அவளது வாய் வழியே உயிர் மூச்சை ஊதும் நீங்கள், அவளது இதயத் தில் மரணத்தின் விதையை ஊன்றுகிறீர்கள். அவளுக்கு மகிழ்ச்சிப் பாதையைக் காட்டுகிறீர்கள்; ஆனால், அவளை, துயரப் பாதையில்தான் அழைத்துச் செல்கிறீர்கள். மகிழ்ச்சிப் பாடலை அவள் வாயில் ஊட்டி விட்டு, அவள் உதடுகளைத் துயரம் கொண்டு அடைத்து விட்டீர்கள்; அவள் நாவை வேதனைச் சங்கிலி கொண்டு பிணித்து விட்டீர்கள்.

"உங்கள் மந்திர விரல்களால் அவள் காயங்களுக்குக் கட்டுப் போட்டு விட்டு அவள் ஆனந்தங்களைச் சுற்றி வேதனை வேலிகளைக் கட்டி விட்டீர்கள். அவளது படுக்கை யில் நீங்கள் மகிழ்ச்சியையும், அமைதியையும் மறைத்து

முறிந்த சிறகுகள்

வைத்து விட்டு, அதன் அருகே தடைகளையும், அச்சத்தையும் நிறுத்தி வைத்து விட்டீர்கள். உங்கள் விருப்பப்படிதான், அவளது பாசம் பெருகியது. ஆனால், அதைக் கொண்டே அவளை அவமானப்படுத்துகிறீர்கள். உங்கள் விருப்பப்படி தான் அவளுக்குப் படைப்பின் அழகைக் காட்டுகிறீர்கள். ஆனால், அவளது அழகின் மீதான காதல், அவளுக்குப் பஞ்சமாகி விடுகிறது.

"மரணத்தின் கோப்பையிலிருந்து வாழ்வையும், வாழ்வுக் கோப்பையிலிருந்து மரணத்தையும் அவளைக் குடிக்கச் செய்கிறீர்கள். அவளைக் கண்ணீரால் தூய்மைப்படுத்துகிறீர்கள். ஆனால், கண்ணீர் வெள்ளத்தில் அவள் வாழ்வே அடித்துச் செல்லப்பட்டு விடுகிறது. ஓ, என் இறைவா, காதலால் என் கண்களைத் திறந்தீர்கள். ஆனால், அந்தக் காதலைக் கொண்டே என்னைத் துண்டாக்கி விட்டீர்கள். தங்கள் இதழ்களால் என்னை முத்தமிட்டு விட்டு, வலிய கரத்தால் என்னை அறைந்து விட்டீர்கள்.

"என் இதயத்தில் ஒரு ரோஜாவை வைத்து விட்டு, அதைச் சுற்றி முள்வேலி போட்டு விட்டீர்கள். எனது உயிரை, நான் காதலிக்கும் இளைஞனோடு பிணைத்து விட்டு, என் உடலை, அறிமுகமில்லாத இன்னொருவனுடன் சேர்த்து வைத்து விட்டீர்கள். ஆகவே, இறைவா, இந்த மரணப் போராட்டத்தில் நான் வலிமை பெறவும், சாகும்வரை உண்மையுடன், கற்புடன் இருக்கவும் அருள் செய். என் பிரார்த்தனை முடிந்தது, இறைவனே!"

மௌனம் தொடர்ந்தது. செல்மா, வெறுத்துப் போய் பல வீனமாகக் காணப்பட்டாள். அவளது உயர்த்திய கைகள், மடியில் விழுந்தன. தலை விழுந்தது. புயல், ஒரு மரக் கிளையை ஒடித்து வீசி, அதை அழிய விடுவது போல எனக்குத் தோன்றியது.

அவளது சில்லிட்ட கையை எடுத்து முத்தமிட்டேன். அவளுக்கு ஆறுதல் சொல்ல முயன்றபோது, அவளை விட எனக்குத்தான் அதிக ஆறுதல் தேவைப்படுவதாகப் புலப்பட்டது. எங்கள் மோசமான நிலையை நினைத்தபடி, என் இதயத் துடிப்பொலியைக் கேட்டபடி நான் மௌனமாக இருந்தேன். இருவரும் அதற்கு மேல் ஒன்றும் பேசவில்லை.

எல்லைகடந்த சித்திரவதை ஓர் ஊமை. அதனால், நாங்கள் பூகம்பத்தால் பூமிக்குள் புதையுண்டு போன பளிங்குத் தூண்களைப் போல, மௌனமாய் கல்லாகிப் போய் அமர்ந்திருந்தோம். ஒருவர் பேசுவதை மற்றவர் கேட்க நாங்கள் விரும்பவில்லை. ஏனென்றால் எங்கள் இதயக் கயிறுகள் நைந்து போயிருந்தன. ஒரு மூச்சுக் காற்று கூட அவற்றை அறுத்து விடும் போலிருந்தது.

அது நள்ளிரவு நேரம். சன்னின் மலைக்குப் பின்னால் இருந்து பிறைநிலா எழுந்தது. சுற்றிலும் மங்கிய மெழுகு வர்த்திகள் எரிய, சவப்பெட்டியில் கிடக்கும் பிணத்தின் முகத்தைப் போல அது தோன்றியது. உறக்கமின்மை யால் ஒளியிழந்த கண்களும், முதுமையால் கூன்விழுந்த கிழ வனைப் போல் தோன்றியது லெபனான். இடிந்து தகர்ந்த தன் அரண்மனை நடுவே, தன் அரியணையின் சாம்பலின் மீது அமர்ந்து, விடியலை எதிர்நோக்குவது போல அது தோன்றியது.

உணர்வுகளாலும், அனுபவங்களாலும் மனிதன் மாறி விடுவது போல, மலைகளும், மரங்களும், ஆறுகளும், கால மாற்றங்களாலும், பருவ மாற்றங்களாலும் தோற்றங்கள் மாறித் தென்பட்டன. நெடிய பாப்லார் மரங்கள் பகலில் மண மகள் போலவும், மாலையில் புகைத்தூண் போலவும் தோற்றம் அளித்தன. பகலில் அசைக்க முடியாதது போலத் தோன்றிய பெரும்பாறை, இரவில், பூமியே படுக்கையாகவும், வானமே

போர்வையாகவும் கொண்ட பரிதாபத்திற்குரிய ஏழையைப் போல் தோற்றமளித்தது.

காலையில் மின்னியபடி ஓடிக் கொண்டிருந்த சிற்றாறு, நிரந்தர கீதத்தைப் பாடிக் கொண்டிருந்தது. மாலையில் குழந் தையைப் பறிகொடுத்து அழும் தாயின் கண்ணீர் ஓடையாக மாறிற்று. ஒரு வாரத்திற்கு முன் பெருமிதத்துடன் காணப் பட்ட லெபனான், பௌர்ணமி நிலவில் எங்களுக்கு இன்பம் தந்த் லெபனான், அன்றிரவு துக்கமும், தனிமையும் கொண்ட தாக ஆகி விட்டது.

நாங்கள் எழுந்து நின்று ஒருவரிடம் ஒருவர் விடை பெற்றுக் கொண்டோம். ஆனால், காதலும் நம்பிக்கையின்மை யும் எங்கள் நடுவே இரு பேய்களைப் போல நின்றன. ஒன்று, அதன் விரல்கள் எங்கள் கழுத்தை நெரிக்கும்படி சிறகு விரித் தது. ஒன்று அழுதது. மற்றொன்று இரகசியமாகச் சிரித்தது.

நான், செல்மாவின் கையை எடுத்து முத்தமிட்டேன். அவள் என்னருகே வந்து, என் நெற்றியில் முத்தம் பதித்தாள். பிறகு, மர பெஞ்சின் மீது தொப்பென அமர்ந்தாள். கண் களை மூடிக் கொண்டாள். "ஓ! இறைவா, என் மீது கருணை காட்டு. என் முறிந்த சிறகுகளைச் சரியாக்கு!" என்று மெல்லக் கூறினாள்.

நான், தோட்டத்தில் செல்மாவை விட்டு விட்டுப் புறப்பட்ட போது, ஒரு ஏரியின் மேற்பகுதி மூடுபனியால் சூழப்பட்டது போல, என் உணர்வுகளை ஒரு திரை மூடிக் கொண்டதை உணர்ந்தேன்.

மரங்களின் அழகு, நிலவொளி, ஆழ்ந்த அமைதி மற்றும் என்னைப் பற்றிய எல்லாமே அருவெறுப்பாகவும், பயங்கரமாக வும் காணப்பட்டன. பிரபஞ்சத்தின் அழகையும், விந்தையை

யும் எனக்குக் காட்டிய உண்மையொளி என் இதயத்தைப் பற்றும் பெருநெருப்பின் நாவுகளாக மாறி விட்டன. நான் கேட்டு வந்த தேவகீதம், சிங்கத்தின் கர்ஜனையை விட அச்சமூட்டும் இரைச்சலாக மாறியது.

நான் என் அறையை அடைந்தேன். வேட்டைக்காரனால் குண்டுக் காயம்பட்ட பறவை போல நான் படுக்கையில் வீழ்ந்தேன்.

"ஓ, என் இறைவா, என் மீது கருணை காட்டு. என் முறிந்த சிறகுகளைச் சரியாக்கு!" என்று செல்மா சொன்னதை நான் திரும்பத் திரும்ப சொல்லிக் கொண்டிருந்தேன்.

7

மரணச் சிம்மாசனத்திற்கு முன்னால்

நிர்வாகம், இளைஞர் கைகளிலும், பெற்றோர் கைகளிலும் அகப்பட்டு விட, திருமணம், இந்தக் காலத்தில் கேலிக்கூத்தாகப் போய் விட்டது. பெரும்பான்மையான நாடுகளில் இளைஞர்கள் வெற்றி பெற, பெற்றோர்கள் தோற்றுப் போய் விடுகிறார்கள். பெண், வியாபாரப் பண்ட மாகி விட்டாள். ஒரு வீட்டிலிருந்து வாங்கப்பட்டு, இன்னொரு வீட்டில் சேர்க்கப்படுகிறாள். காலப்போக்கில் அவள் அழகு மங்கி விட, இருட்டு மூலையில் தூக்கி எறியப்படும் பழைய மரச்சாமானாகி விடுகிறாள்.

நவீன நாகரிகம், பெண்ணைக் கொஞ்சம் புத்திசாலி ஆக்கியுள்ளது. ஆனால், ஆணின் பேராசை காரணமாக அவள் துயரம் அதிகரித்து விட்டது. நேற்றைய பெண், மகிழ்ச்சியான துணைவியாக இருந்தாள். ஆனால், இன்றைய பெண், பரிதாபத்திற்குரிய மனைவியாக ஆகி விட்டாள். கடந்த காலத்தில் அவள் வெளிச்சத்தில் கண்ணை மூடிக் கொண்டு நடந்தாள். ஆனால், இன்று இருளில் கண்ணைத் திறந்து கொண்டு நடக்கிறாள்.

அவள், தன் அறியாமையில் அழகாகவும், எளிமையில் கற்புடையவளாகவும், பலவீனத்தில் பலமுடையவளாகவும் இருந்தாள். இன்று, அவள் தன் அறிவுக் கூர்மையில் அழகற்றவளாகவும், தன் ஞானத்திலும் மூட நம்பிக்கை கொண்டவளாகவும், இதயமற்றவளாகவும் இருக்கிறாள். அழகு - ஞானத்துடனும், அறிவுக் கூர்மை - கற்புடனும், உடல் - பலவீனம், ஆன்ம பலத்துடனும், ஒரு பெண்ணில் ஒன்றுசேரும் நாள் என்றாவது வருமா ?

ஆன்ம வளர்ச்சியே மனிதவாழ்வின் சட்டமென்று நம்புகிறவன் நான். ஆனால், அந்தப் பூரணத்தை அடைவது மெல்ல நிகழ்வதாகவும், வேதனை மிக்கதாகவும் உள்ளது. ஒரு பெண், ஒரு துறையில் உயர்ந்தால், வேறொரு துறையில் அவள் சிதைந்து விடுகிறாள். காரணம், மலைச் சிகரத்திற் குச் செல்லும் முரட்டுப் பாதை, திருடர்களாலும், கானகத்து ஓநாய்களாலும் சூழப்பட்டுள்ளது.

இந்த விநோதத் தலைமுறை, உறக்கத்திற்கும் விழிப் பிற்குமிடையில் ஊசலாடிக் கொண்டிருக்கிறது. இது, தன் கரங்களில் கடந்த காலத்தின் மண்ணையும், எதிர்காலத்தின் விதைகளையும் வைத்துக் கொண்டிருக்கிறது. எப்படி இருந் தாலும், ஒவ்வொரு நகரத்திலும், எதிர்காலச் சின்னமாக ஒரு பெண் இருக்கவே செய்கிறாள்.

பெய்ரூட் நகரில், செல்மா கராமி, எதிர்காலக் கீழை நாட் டுப் பெண்ணின் சின்னம். தம்முடைய காலம் வருவதற்கு முன்பே தோன்றி விடும் மனிதர்கள் போல, அவள் நிகழ் காலத்தின் பலிகடா ஆகி விட்டாள். காம்பிலிருந்து பறிக்கப் பட்டு, ஆற்று வெள்ளத்தில் அடித்துச் செல்லப்படும் ஒரு மலர் போல அவள் ஆகி விட்டாள். அவள் தோற்கடிக்கப்

பட்டவர்களின் பரிதாப ஊர்வலத்தில் நடந்து கொண்டிருக் கிறாள்.

மன்சூர் பே கலீப்பிற்கும் செல்மாவுக்கும் திருமணம் முடிந் தது. எல்லாச் செல்வர்களும், பெரிய மனிதர்களும் வாழும் ராஸ் பேரூத்தில் உள்ள அழகிய வீட்டில் அவர்கள் வாழ்ந்து வந்தார்கள். ஃபார்ரிஸ் எபாண்டி கராமி, ஆட்டு மந்தை நடுவே வாழும் ஓர் இடையனைப் போல, தன் பழமரத் தோட் டத்தின் தனி வீட்டில் வாழ்ந்து வந்தார்.

திருமணத்தின் ஆனந்த இரவுகள் கடந்து சென்றன. தேனிலவு, கசந்து போன துக்க நாள்களின் நினைவுகளை விட்டுச் சென்றது. ஒரு போர், மண்டையோடுகளையும், எலும்புகளையும் விட்டுச் செல்வது போல. கீழைநாட்டுத் திரு மணத்தின் பெருமிதம், எல்லா இளைஞர்களையும், பெண் களையும் கவரக் கூடியது. ஆனால், அது முடிந்தவுடனே அவர்களைக் கடலின் ஆழத்தில் போடப்பட்ட மைல் கற் களைப் போல ஆக்கி விடும். அவர்களின் மன எழுச்சி, கடற் கரை மணல்வெளிக் காற்சுவடுகள் போன்றது. கடலலை களால் அழிக்கப்படும் வரைதான் அவற்றின் வாழ்வு.

இளவேனில் கடந்து சென்றது. கோடைக் காலமும், இலை யுதிர் காலமும் கூட! ஆனால், செல்மாவின் மீது நான் கொண்ட காதல், ஒரு மௌன வழிபாடாக, ஓர் அனாதைக் குழந்தை தன் அன்னையை சுவர்க்கத்தில் காண்பது போல, நாளும் வளர்ந்து கொண்டிருந்தது. என் ஏக்கம், தன்னை மட்டுமே காணக்கூடிய ஒரு துயரமாக மாறி விட்டது. என் உணர்ச்சிகளின் கண்ணீரின் இடத்தைக் குழப்பம் பற்றிக் கொண்டு, என் இதயத்தின் இரத்தத்தை உறிஞ்சிக் குடித் தது. என் பாசப் பெருமூச்சுகள், செல்மா, அவள் கணவன் ஆகிய இருவரின் மகிழ்ச்சிக்கும், அவள் தந்தையின் சமா தானத்திற்குமான இடைவிடாத பிரார்த்தனையாக ஆகி விட்டன.

எனது நம்பிக்கைகளும், பிரார்த்தனைகளும் வீணாய்ப் போய் விட்டன. ஏனென்றால், செல்மாவின் வேதனை, மரணத்தால் மட்டுமே குணமாகக்கூடிய ஒரு உள்நோய் ஆயிற்று.

வாழ்வின் எல்லாச் சுகங்களையும் எளிதாகப் பெற்றவன் மன்சூர் பே. அப்படியிருந்தும் மனநிறைவில்லாமல் பேராசை கொண்டவனாக இருந்தான். செல்மாவை மணந்து கொண்ட பின், அவள் தந்தையைத் தனிமையில் வாட விட்டு விட்டான். அவர் இறந்து விட்டால் சொத்து முழுவதும் தனக்குக் கிடைத்து விடும் என்பது அவன் நினைப்பு.

மன்சூர் பே, தன் மாமனைப் போன்றவன். இருவருக்கும் ஒரு வேறுபாடு உண்டு. சமயப் போர்வையான அங்கி, மார்பில் தொங்கும் தங்கச் சிலுவை, ஆகியவற்றிற்குப் பின்னால், பிஷப் எல்லாவற்றையும் இரகசியமாக பெற்று அனுபவித்துக் கொண்டிருந்தார். ஆனால், பே, அவற்றைப் பகிரங்கமாகப் பெற்றான்.

பிஷப், காலையில் கோயிலுக்குச் சென்று, பகல் முழுதும், விதவைகள், அனாதைகள், அப்பாவி மக்கள் ஆகியோரைக் கொள்ளையடித்துக் கொண்டிருந்தார். ஆனால் மன்சூர் பே, நாள் முழுதும் காமக் களியாட்டங்களில் கழித்துக் கொண்டிருந்தான். ஞாயிற்றுக் கிழமை, பிஷப் புலோஸ் கலிப், சமய உரையாற்றினார். வாரம் முழுதும், மற்ற நாட்களில் எந்த பக்தியும் இல்லாமல், உள்ளூர் அரசியல் சூதாட்டத்தில் ஈடுபட்டுக் கொண்டிருந்தார். தன் மாமனின் மதிப்பையும், செல்வாக்கையும் பயன்படுத்தி, அரசியல் மரியாதை பெற ஆசைப்படுகிறவர்களிடமிருந்து இலஞ்சம் வாங்குவதில் ஈடுபட்டான் பே.

பிஷப் புலோஸ் இரவின் இருளில் ஒளிந்து வாழும் திருடன். மருமகன் மன்சூர் பே, மோசடிகள் செய்து விட்டு,

பட்டப்பகலில் கர்வத்தோடு உலவும் மனிதன். தங்கள் தாயகத்தைப் பேராசையால் அழித்து, அண்டை அயலாரை இரும்புக்கரம் கொண்டு ஒடுக்கும் இந்த மாதிரியான ஓநாய்களையும், கொலைகாரர்களையும்தான் கீழைநாட்டு மக்கள் நம்புகிறார்கள்.

இதயம் உடைந்த பரிதாபமான ஒரு பெண்ணின் கதைக்காக இந்தப் பக்கங்களை ஒதுக்காமல், ஏழை நாடுகளின் துரோகிகளைப் பற்றி நான் ஏன் எழுதிக் கொண்டிருக்கிறேன்? சாவின் பற்களால் கடித்துக் குதறப்பட்ட ஒரு பலவீனமான பெண்ணுக்காகச் செல வழிக்காமல், நான் ஏன், என் கண்ணீரை, நசுக்கப்பட்ட மக்களுக்காக வடிக்கிறேன்?

ஆனால், எனதன்பிற்குரிய வாசகரே, இப்படிப்பட்ட பெண்ணொருத்தி, குருமார்களாலும், அரசர்களாலும் நசுக்கப்பட்ட ஒரு நாட்டைப் போன்றவள் என்று நீங்கள் நினைக்கவில்லையா?

ஒரு பெண்ணைப் புதைகுழிக்கு அனுப்பும் தடை செய்யப்பட்ட காதல், மக்களிடையே நிலவும் அவ நம்பிக்கை போன்றதென்பதை நீங்கள் நம்பவில்லையா? விளக்குக்குச் சுடர் போல, பெண் ஒரு நாட்டிற்கு! எண்ணெய் வற்றினால் சுடரொளி மங்காதா?

இலையுதிர்காலம் கடந்து சென்றது. புலம்பிக் கொண்டும், அழுது கொண்டும் வந்த மழைக்காலத்திற்கு வழிவிட, காற்று மரங்களின் பழுத்த இலைகளை விசிறியடித்தது. என் உயிரை வானளாவ உயர்த்தி, பூமியின் நெஞ்சுக்குள் அதை ஆழமாய்ப் புதைக்கும் என் கனவுகளைக் காப்பாற்ற ஒரு துணையில்லாமல், நான் பெய்ரூட் நகரில் இன்னும் தவித்துக் கொண்டுதான் இருந்தேன்.

துன்ப உயிர், தனிமையில் ஆறுதல் கொள்கிறது. காயம் பட்ட மான், தன் கூட்டத்தை விட்டுப் பிரிந்து, காயம் ஆறும் வரையிலோ, சாகும் வரையிலோ, ஒரு குகையில் வாழ்வது போல, துன்ப உயிர், மனித உறவை வெறுத்து விடுகிறது.

ஃபர்ரிஸ் எபாண்டி நோய்வாய்ப்பட்டிருப்பதாக ஒரு நாள் கேள்விப்பட்டேன். என் தனிமை வெறுப்பை உதறி விட்டு, அவர் வீட்டிற்குப் புறப்பட்டேன். வண்டிப் போக்கு வரத்துச் சந்தடி மிகுந்த நெடுஞ்சாலையை ஒதுக்கி விட்டு, ஒலிவ மரங்களின் வரிசை நடுவே செல்லும் புதிய பாதையில் சென்றேன்.

அவரது வீட்டை அடைந்தபோது, அவர் பலவீனமாய், வெளுத்துப் போய், படுக்கையில் கிடப்பதைக் கண்டேன். வேதனைப் பேய்கள் குடியிருக்கும் இரு இருண்ட பள்ளத் தாக்குகள் போல, அவரது கண்கள் குழி விழுந்து காணப் பட்டன. அவரது முகத்திற்கு எப்போதும் ஒளியேற்றிக் கொண்டிருந்த அவரது புன்முறுவல், வேதனையாலும், துயரத் தாலும் நசுக்கப்பட்டிருந்தது. அவரது மென்மையான கைகளின் எலும்புகள், புயலில் சிக்கி நடுங்கும் மரக்கிளைகளைப் போல் காணப்பட்டன.

நான் அவரை அணுகி, உடல்நிலை விசாரித்தபோது, அவர் தம் வெளிறிய முகத்தை என் பக்கம் திருப்பினார். அவரது நடுங்கும் உதடுகளில் ஒரு புன்முறுவல் தோன்றியது. "போ, என் மகனே, போ. அடுத்த அறையில் உள்ள செல்மா வுக்கு ஆறுதல் சொல்லி, இங்கே அழைத்து வா. என் படுக்கையருகில் வந்து உட்காரச் சொல்" என்றார் பலவீன மான குரலில்.

நான் அந்த அறைக்குள் சென்றபோது, செல்மா, தன் தந்தையின் வேதனைக் குரலைக் கேட்காதபடி, கைகளால்

தலையை மூடிக் கொண்டு, தலையணையில் முகத்தைப் புதைத்துக் கொண்டு படுத்திருந்தாள். நான் மெதுவாக அவளருகில் சென்று, அவளுடைய பெயரை மெல்லக் கூட உச்சரிக்காமல், ஒரு பெருமூச்சைப் போலச் சொல்லி அழைத் தேன்.

அவள், ஒரு பயங்கரக் கனவு கலைந்ததைப் போல, திடுக்கிட்டுத் திரும்பி அமர்ந்தாள். நான் பேயா, மனிதனா என்று சந்தேகப்படுபவள் போலத் தன் ஒளிவீசும் கண்களால் என்னைப் பார்த்தாள். காதலின் மது மயக்கத்தில், நினை வின் சிறகுகள், எங்களைச் சுமந்து சென்ற ஒரு ஆழ்ந்த மௌனத்திற்குப் பிறகு, தன் கண்ணீரைத் துடைத்துக் கொண்டாள்.

"பாருங்கள், காலம் நம்மை எப்படி மாற்றி விட்டது! அது, நம் வாழ்வுப் பாதையை மாற்றி, எப்படி நம்மைச் சீர்குலைத்து விட்டது! வசந்தகாலம், நம்மை இங்கே, காதல் சங்கிலியால் பிணைத்தது. இப்போது, அது, இதே இடத்தில், நம்மைச் சாவின் அரியணை முன் கொண்டு வந்து நிறுத்தியிருக் கிறது. இளவேனிற்பருவம் எவ்வளவு அழகாக இருந்தது! இந் தக் குளிர்காலம்தான் எவ்வளவு கொடுமையாக இருக்கி றது!" என்றாள் செல்மா.

இப்படிச் சொல்லி விட்டு, எதிர்காலம் என்ற பேய் தன் முன்னே நின்று கொண்டிருப்பது போலப் பயந்து, மீண்டும் தன் கைகளால் முகத்தை மூடிக் கொண்டாள். நான் அவள் தலைமீது கை வைத்து, "வா, செல்மா, வா, புயலை எதிர்த்து நிற்கும் கோபுரங்கள் போல நாம் நிற்போம். பகைவனுக்கு எதிராகத் துணிந்து நின்று, அவனுடைய ஆயுதங்களை எதிர் கொள்ளும் வீரம் செறிந்த போர்வீரர்கள் போல நாம் நிற் போம். நாம் கொல்லப்படுவோமானால், வீரத் தியாகிகள்

போலச் சாவோம். நாம் வெற்றி பெற்றால், மாவீரர்கள் போல வாழ்வோம்.

"சமாதானத்தை நோக்கிப் பின்வாங்குவதை விட, தடைகளையும், சிரமங்களையும் எதிர்த்து நிற்பது பெருமை மிக்கது. வா, செல்மா, இந்தக் கடினமான பாதையில், அழுத்தமாகக் கால் பதித்து நடப்போம். வா! கண்களைத் திறந்து, கதிரவனைப் பார்த்தபடி நடப்போம். அப்போதுதான், பாறைகளுக்கிடையிலும், முள் புதர்களிலும், மண்டையோடுகளையும், பாம்புகளையும் நாம் பார்க்காமலிருக்க முடியும்.

"அச்சம் பாதி வழியில் நம்மைத் தடுத்து நிறுத்தினால், இரவின் பரிகாசத்தைத்தான் நாம் கேட்க முடியும். ஆனால், நாம் மலைச் சிகரத்தைத் துணிவுடன் அடைந்து விட்டால், தேவ ஆவிகளுடன் சேர்ந்து ஆனந்த வெற்றிப் பாடல்கள் பாடலாம். உற்சாகம் கொள், செல்மா! கண்ணைத் துடை! கவலையை உன் முகத்திலிருந்து துடைத்தெறி! எழு! உன் தந்தையின் படுக்கையருகே சென்று அமர்வோம், வா! ஏனென்றால், அவர் வாழ்வு உன் வாழ்வைப் பொறுத்தது. உன் புன்முறுவல் மட்டுமே அவருக்கு உள்ள ஒரே மருந்து."

அன்பும் பாசமும் கொண்டு அவள் என்னைப் பார்த்தாள். "உங்களுக்கே பொறுமையில்லாதபோது, எனக்கா அதை உபதேசம் செய்கிறீர்கள்? பசித்தவன், தன் ரொட்டியை இன்னொரு பசித்தவனுக்குத் தருவானா? ஒரு நோயாளி, தனக்கே மருந்து தேவைப்படும்போது, இன்னொரு நோயாளிக்கு மருந்து கொடுக்க முடியுமா?" என்றாள்.

அவள் எழுந்தாள். தலைகுனிந்தபடியே, என்னுடன், தன் தந்தையின் படுக்கை அறையை நோக்கி வந்தாள்; அவரருகே அமர்ந்தாள். செல்மா சிரமப்பட்டு புன்முறுவலை வரவழைத்தாள். தான் அமைதியாக இருப்பது போல

நடித்தாள். அவளுடைய தந்தையும், தான் நன்றாக இருப்பது போலவும், வலிமை அடைந்து விட்டது போலவும் அவளை நம்ப வைக்க முயன்றார். ஆனால், தந்தையும் மகளும் ஒருவர் துக்கத்தை மற்றவர் அறிந்திருந்தார்கள். ஒலியற்ற பெருமூச்சு களைப் பரிமாறிக் கொண்டார்கள்.

அவர்கள் இருவரும், மௌனமாய் ஒன்றையொன்று விழுங்க முயலும் இரு சக்திகளைப் போல் காணப்பட்டனர். மகளுக்கு நேர்ந்ததை நினைத்துத் தந்தையின் இதயம் உருகியது. புறப்படும் உயிர் ஒன்று. துக்கத்தில் வேதனைப் படும் உயிர் மற்றொன்று. இந்த இரு அப்பாவி உயிர்களும், மரணத்தினாலும், அன்பினாலும் தழுவப்பட்டுத் தவித்துக் கொண்டிருந்தன. அவர்களுக்கு நடுவே வேதனை கொண்ட நெஞ்சத்தோடு நான்.

விதியின் கரங்களால் உடைத்து நொறுக்கப்பட்ட மூன்று பேர் அங்கே கூடியிருந்தார்கள். வெள்ளத்தால் வீடிழந்தவரைப் போலப் பெரியவர். கூரிய அரிவாளால் தலை கொய்யப்பட்ட அல்லி மலர் போல ஓர் இளம் பெண். பனிமழைக்குப் பலி யான பலவீனமான நாற்றுப் போல ஓர் இளைஞன். நாங்கள் மூவரும் விதியின் கரங்களில் விளையாட்டுப் பொம்மைகள் ஆகிப் போனோம்.

ஃபர்ரிஸ் எபாண்டி, தன் பலவீனமான கரங்களை, செல்மாவை நோக்கி நீட்டினார். அன்புமிகுந்த மென்மையான குரலில் பேசினார்.

“என் அன்பே, என் கையைப் பிடித்துக் கொள்” என்று சொல்ல, செல்மா, அவர் கையைப் பற்றிக் கொண்டாள்.

“நான் நீண்ட காலம் வாழ்ந்து விட்டேன். வாழ்க்கையின் எல்லாப் பருவங்களையும் நான் சுவைத்து விட்டேன். எல்லாக்

கட்டங்களையும் நிதானத்துடன் அனுபவித்து விட்டேன். உனக்கு மூன்று வயதாக இருந்த போது, உன் தாயை இழந்தேன். அவள் உன்னை, விலை மதிப்பற்ற செல்வமாக, என் மடியில் விட்டுச் சென்றாள். உன்னை வளர்த்தேன். அமைதியான நீர்நிலையில் ஒளி விடும் தாரகைகள் போல, உன் தாயின் அம்சங்கள், உன் முகத்தில் வெளிப்பட்டன. உன்னுடைய ஒழுக்கம், அறிவுக் கூர்மை, அழகு, உன் தாயினுடையவை. உன் அங்க அசைவுகளும், பேச்சு முறையும் கூட உன் தாயினுடையவைதாம்.

"நீ மட்டுமே என் வாழ்வின் ஆறுதலாக இருந்தாய். ஏனென்றால், ஒவ்வொரு பேச்சிலும் செயலிலும் நீ உன் தாயைப் போலவே இருந்தாய். இப்போது, எனக்கு வயதாகி விட்டது. நான் ஓய்வு கொள்ளப் போவது சாவின் சிறகு களில்தான். நிம்மதியாக இரு, என் அன்பு மகளே. நீ பெரிய பெண்ணாகும் வரை, நான் நீண்ட காலம் வாழ்ந்து விட்டேன். மகிழ்ச்சியாக இரு. ஏனென்றால், இறந்த பிறகும் நான் உன்னில் வாழ்வேன். இன்றோ, நாளையோ, மறுநாளோ நான் போய்விடப் போவதில் எந்த வித்தியாசமும் இல்லை. நம்முடைய நாள்கள் இலையுதிர் காலத்து இலைகளைப் போல அழிந்து விடக் கூடியவை. சாகும் நேரம் வேகமாக வந்து கொண்டிருக்கிறது. என் ஆன்மா உன் அன்னையின் ஆன்மாவுடன் சேர்ந்து கொள்ள ஆசைப்படுகிறது."

இனிமையுடனும், அன்பு பொங்கவும் இந்த வார்த்தை களைச் சொன்னதும், அவர் முகம் பிரகாசமடைந்தது. பிறகு அவர், தன் கையைத் தலையணைக்கடியில் விட்டு, தங்கச் சட்டமிட்ட ஒரு சிறிய புகைப்படத்தை எடுத்தார். அந்தப் படத்தில் பார்வையைப் பதித்தபடி, "வா, செல்மா, வந்து உன் தாயின் படத்தைப் பார்!" என்று கூறினார்.

முறிந்த சிறகுகள்

செல்மா, தன் கண்ணீரைத் துடைத்து விட்டு, அதை நீண்ட நேரம் வெறித்துப் பார்த்தாள். பிறகு அதைத் திரும்பத் திரும்ப முத்தமிட்டாள். "ஓ, என் அன்பு அம்மா! ஓ, அம்மா!" என்று அழுதாள். பிறகு, தன் நடுங்கும் இதழ்களை அதன் மீது பதித்தாள், தன் உயிரையே அந்த உருவத்திற்குள் ஊற்ற விரும்புகிறவளைப் போல.

மனிதகுலத்தின் உதடுகளிலிருந்து வெளிப்படும், உலகின் தலைசிறந்த சொல் 'அம்மா' என்பதுதான். தலைசிறந்த அழகிய அழைப்பும், 'என் அம்மா!' என்ற அழைப்புத்தான். இதயத்தின் அடியாழத்திலிருந்து வெளிவந்து, நிறைந்த நம்பிக்கையையும், அன்பையும் தரும் இனிய பாசச் சொல் அது. அன்னைதான் எல்லாமே - நம் கவலைகளுக்கு ஆறுதல் அவள். நம் துன்பங்களுக்கு நம்பிக்கை அவள். நம் பலவீனத்திற்குப் பலம் அவள். அன்பு, கருணை, இரக்கம், மன்னிப்பு ஆகியவற்றின் ஊற்றுக்கண் அவள். தாயை இழந்தவர் ஆத்மாவையும் இழந்தவர். அவளல்லவா ஒருவரை வாழ்த்தி, இடைவிடாமல் காப்பாற்றி வருபவள்?

இயற்கையின் பொருட்கள் யாவும் தாயின் பெருமையையே பேசுகின்றன. பூமியின் தாய் கதிரவன். அது, வெப்பத்தின் சாரத்தை பூமிக்குத் தருகின்றது. கடலின் பாடலாலும், பறவைகள் நீரோடைகளின் தேவ கீதங்களாலும், இரவில் பூமியை உறங்கச் செய்யும் வரை, கதிரவன், பிரபஞ்சத்தை விட்டுச் சென்று விடுவதே இல்லை.

மரங்கள், மலர்களின் தாய் இந்த பூமி. அது, அவற்றைப் பெற்றெடுகின்றது; வளர்க்கின்றது; பிறகு தனியே வளர விட்டு விடுகின்றது. அந்த மரங்களும், மலர்களும், பழங்களும், விதைகளுக்குத் தாய் ஆகி விடுகின்றன. எல்லாப்

படைப்புகளின் உயிர் மூலமாகிய அந்தத் தாயை, அழகும் அன்பும் நிறைந்த நிரந்தர ஆன்மா.

தான் குழந்தையாக இருக்கும்போதே தாய் இறந்து விட்டதால், செல்மா கராமிக்குத் தன் தாயைப் பற்றி ஒன்றும் தெரியாது. ஆனால், அவள், தன் தாயின் படத்தைப் பார்த்தபோது, "ஓ, அம்மா!" என்று கூறி அழுதாள்.

'அம்மா' என்ற சொல், நம் இதயத்திற்குள் மறைந்து கிடக்கிறது. இதய ரோஜாவிலிருந்து வரும் நறுமணம், மேகம் கவிந்த வானத்தின் தூய காற்றில் கலப்பது போல, இன்ப துன்ப நேரங்களில், அந்தச் சொல், நம் உதடுகள் வழியாக வெளிப்படுகின்றது.

செல்மா, தன் தாயின் படத்தை வெறித்துப் பார்த்தாள். திரும்பத் திரும்ப முத்தமிட்டாள், தன் தந்தையின் படுக்கை மீது மயங்கி விழும் வரை.

பெரியவர், தம் இரு கரங்களையும் அவள் தலை மீது வைத்து, "என் அன்பு மகளே, உன் தாயின் படத்தை, ஒரு காகிதத்தில் நான் உனக்குக் காட்டினேன். இப் போது அவளது வார்த்தைகளைச் சொல்கிறேன், கேள்!" என்றார்.

தாய்ப் பறவையின் சிறகோசை கேட்டதும், தலை நிமிரும் குஞ்சுப் பறவை போல, அவள் தலைநிமிர்த்தி, அவரைக் கவனமாகப் பார்த்தாள்.

ஃபர்ரிஸ் எபாண்டி சொன்னார்: "உன் தாய் தன் தந்தையின் மரணத்தின்போது, உனக்குப் பால் புகட்டிக் கொண்டிருந்தாள். தன் தந்தையின் பிரிவுக்காக அப்போது அவள் அழுதாள். ஆனால், அவள் பொறுமையும், புத்திசாலித் தனமும் உடையவள். ஈமச்சடங்குகள் முடிந்ததும், அவள் இதே அறையில் என்னருகில் அமர்ந்து, என் கைகளைப்

பிடித்துக் கொண்டு, 'ஃபார்ரிஸ், என் தந்தை இறந்து விட்டார். இந்த உலகில் என் ஒரே ஆறுதல், இனி நீங்கள்தான். தேவ தாரு மரத்தின் கிளைகளைப் போல, அன்பு, பகுப்புண்டு கிடக்கிறது. ஒரு கிளை முறிந்தாலும் அது தன் வலிமையை இழந்து விடும்; ஆனால், பட்டுப் போகாது. தன் சக்தியை எல்லாம், அடுத்த கிளைக்கு வழங்கி, வளரச் செய்து, இழப்பை ஈடுகட்டி விடும்,' என்று உன் தாய் சொன்னாள். என் உடல் மயானத்திற்கும், என் உயிரைக் கடவுளின் பாது காப்பிற்கும் மரணம் எடுத்துச் செல்லப் போகும் இந்த வேளையில், நீயும் அதே போலத்தான் சொல்ல வேண்டும்."

செல்மா, கண்ணீர் சிந்தியவாறு, உடைந்த இதயத்துடன், "என் அம்மா, தன் தந்தையை இழந்தபோது நீங்கள் அந்த இடத்தில் இருந்தீர்கள். நீங்கள் போன பின், எனக்கு வேறு யார் இருக்கிறார்கள்? அவளுக்கு அன்பும், ஆதரவும் தர, உண்மையுள்ள கணவர் இருந்தார். தன் மகளான என்னாலும் அவள் ஆறுதல் பெற்றாள். நீங்கள் போய் விட்டால், எனக்கு யார் கதி? என் இளமைப் பருவத்தில், நீங்கள் எனக்கு தாயும் தந்தையுமாக இருந்தீர்கள்."

இதைச் சொல்லிவிட்டு, அவள் திரும்பி என்னைப் பார்த் தாள். என் உடையின் ஒரு பகுதியைப் பிடித்துக் கொண்டு, "நீங்கள் போய் விட்ட பிறகு எனக்குள்ள ஒரே ஒரு நண்பர் இவர்தான். தானே துன்பப்பட்டுக் கொண்டிருக்கையில் இவர் எப்படி என்னைத் தேற்ற முடியும்? ஏமாற்றப்பட்ட இதயத்தில், உடைந்த இதயம் ஆறுதல் காண்பது எப்படி? துயரம் கொண்ட பெண்ணொருத்தி, அண்டை அயலாரின் கவலை யில் ஆறுதல் கொள்வது எவ்வாறு? சிறகு முறிந்த பறவை யால் எப்படிப் பறக்க முடியும்? என் ஆத்ம நண்பர் இவர். நான் ஏற்கனவே கனத்த துயரச் சுமையை இவர் மீது சுமத்தி விட்டேன். என் கண்ணீரால் இவர் கண்களை மங்கச் செய்து

விட்டேன். இவரால் இப்போது இருளை மட்டுமே காண முடியும். நான் மிகுந்த அன்புடன் நேசிக்கும் ஒரு சகோதரர் இவர். என் இதயம் எரிய, கசப்புப் பெருக, நான் கண்ணீர் விட்டு அழ, என் கவலைகளைப் பங்கிட்டுக் கொள்ளும் மற்ற சகோதரர்களைப் போலத்தான் இவரும்."

செல்மாவின் சொற்கள், என் இதயத்தில் வாளாகப் பாய்ந்தன. என்னால் அதற்கு மேல் தாங்கிக் கொள்ள முடிய வில்லை. காற்றில் நடுங்கும் விளக்குச் சுடர் போலத் தளர்ச்சி யுடன், அந்தச் சொற்களைக் கேட்டுக் கொண்டிருந்தார்.

பிறகு, கையை நீட்டி, "என்னை நிம்மதியாகச் சாக விடு, என் குழந்தாய். இந்தக் கூண்டின் கம்பிகளை நான் தகர்த்து விட்டேன். என்னைப் பறந்து போக விடு; தடுக்காதே. உன் தாய் என்னை அழைக்கிறாள். வானம் தெளிவாக இருக்கின் றது. கடல் அமைதியாக இருக்கின்றது. படகு, பயணத்திற் காகக் காத்திருக்கிறது. என் பயணத்தைத் தாமதப்படுத் தாதே. ஓய்வெடுத்துக் கொண்டிருப்பவர்கள் நடுவே சென்று என் உடலும் ஓய்வு கொள்ளட்டும். என் கனவு முடியட்டும். விடியலில் என் ஆன்மா விழித்துக் கொள்ளட்டும். உனது ஆன்மா, என் ஆன்மாவைத் தழுவி, நம்பிக்கை முத்தமிடட் டும். துன்பம், கசப்பு ஆகியவற்றின் துளிகள் என் உடல் மீது விழாதிருக்கட்டும். மலர்களும், புற்களும் தம் சத்துணவை இழந்து விடக் கூடாது.

"துக்கத்தின் கண்ணீர் என் கையின் மீது விழக் கூடாது. அப்புறம் என் கல்லறை மேல் முட்கள்தாம் முளைக்கும். என் நெற்றியில் வேதனைக் கோடுகளை வரையாதே. அப்படிச் செய்தால், கடந்து செல்லும் காற்று, என் எலும்புத் துகள் களைப் பசும்புல்வெளிகளுக்குச் சுமந்து சென்று தூவ மறுத்து விடும்.... நான் உயிரோடு உள்ள காலத்தில் உன்னை

நேசித்தேன், என் மகளே. நான் இறந்த பிறகும் உன்னை நேசிப்பேன். என் உயிர் உன்னைக் கவனித்துக் கொண்டே இருக்கும்; உன்னைக் காவல் காக்கும்," என்று கூறினார்.

பாதி விழி மூடியபடி ஃபார்ரிஸ் எபாண்டி என்னைப் பார்த்து, "மகனே, உன் தந்தை என்னிடம் வைத்த பாசத் தைப் போல், இவளிடமும் உண்மையான சகோதரப் பாசம் காட்டு. துன்பத்தில் துணை நில். இவளை அழ விடாதே. சாகின்றவர்களுக்காகக் கண்ணீர் சிந்துவது தவறு. இனிய கதைகளை இவளுக்கு மீண்டும் மீண்டும் சொல். இவள் துயரங்கள் அகலும்படி, வாழ்வுப் பாடலைப் பாடு. என்னை உன் தந்தையிடம் ஞாபகப் படுத்து. எங்கள் இளமைப் பருவத் துக் கதைகளை அவரிடம் கேள். வாழ்வின் கடைசி நேரத் தில், அவர் மகன் வடிவில், நான் அவரை நேசித்ததாகச் சொல்," என்றார்.

அங்கே மௌனம் குடிகொண்டது. அந்தப் பெரியவர் முகத்தில் சாவின் நிழல் படர்வதைக் கண்டேன். பிறகு, அவர் கண்களை உருட்டியபடி எங்களைப் பார்த்து, மிக மெல்லிய குரலில் பேசினார்.

"மருத்துவரைக் கூப்பிடாதீர்கள். இந்தச் சிறையில் நான் அதிக நாள் வாடும்படி, அவர் தம் மருந்தினால் செய்து விடக்கூடும். அடிமை நாள்கள் போய் விட்டன. வானத்துச் சுதந்திரத்தை என் ஆன்மா வேண்டுகின்றது. மதகுருவை என் படுக்கையருகே அழைக்காதீர்கள். நான் பாவியாக இருந்தால், அவரது மந்திர உச்சாடனம் என்னைக் காப்பாற்றி விடப் போவதில்லை. நான் குற்றமற்றவனாக இருந்தால்கூட அது என்னை சுவர்க்கத்திற்குக் கொண்டு சேர்க்காது.

"சோதிடரால், விண்மீன்களின் இயக்கத்தை மாற்ற முடி யாதது போல, இறைவனின் சித்தத்தை மனித எண்ணத்தால்

மாற்ற முடியாது. நான் இறந்த பின், மருத்துவர்களும், குருமார்களும் என்னவோ செய்து கொள்ளட்டும். எனது கப்பல், கரை சேரும் வரை தனது பயணத்தைத் தொடரும்."

அன்று நள்ளிரவில், ஃபார்ரிஸ் எபாண்டி, தன் களைத்த கண்களைத் திறந்து, தன் படுக்கையருகே மண்டியிட்டு அமர்ந்து கொண்டிருந்த செல்மாவைக் கடைசி முறையாகப் பார்க்க முயன்றார். பேசவும் முயன்றார். ஆனால், மரணம், அவர் தொண்டையை அடைத்து விட்டது. சிரமப்பட்டு அவர் பேச முயன்றார்.

"இரவு கடந்து விட்டது.... ஓ, செல்மா... ஓ... ஓ, செல்மா...."

அவ்வளவுதான். அவர் தலை சாய்ந்தது. முகம் வெளுத்தது. அவர் உதடுகளில் ஒரு புன்முறுவல் தோன்றியது. அப்புறம் அவர், தம் கடைசி மூச்சை விட்டார்.

செல்மா, தன் தந்தையின் கை, சில்லிட்டு விட்டதை உணர்ந்தாள். பிறகு, அவள் தலைநிமிர்த்தி அவர் முகத்தைப் பார்த்தாள். அது, சாவின் திரையால் மூடப்பட்டிருந்தது. அவளுக்கு மூச்சுத் திணறியது. அவளால் கண்ணீர் சிந்தக்கூட முடியவில்லை; பெருமூச்சு விடக் கூட முடியவில்லை; அசையவும் முடியவில்லை.

ஒரு கணம் அவரை வெறித்த கண்களோடு பார்த்தாள், ஒரு சிலையின் விழிகளைப் போல. பிறகு நெற்றி தரையில் படக் குனிந்து, "இறைவனே, எங்கள் மீது கருணை காட்டு. முறிந்து போன எம் சிறகுகளைச் சரி செய்" என்று வேண்டினாள்.

ஃபார்ரிஸ் எபாண்டி கராமி காலமானார். அவரது ஆன்மாவை நிரந்தரம் தழுவிக் கொண்டது. அவரது உடல், மண்ணுக்குத் திருப்பித் தரப்பட்டது. மன்சூர் பே, பெரியவரின்

சொத்துக்களை அடைந்தான். செல்மா, வாழ்நாள் சிறைக் கைதியானாள் - துக்கமும், துயரமும் நிறைந்த ஒரு வாழ்க்கை.

நான், கவலையிலும், ஆழ்ந்த சிந்தனையிலும் மூழ்கிப் போனேன். இரவும், பகலும் என்னை வேட்டை யாடின. பருந்து தன் இரையைக் கொத்துவது போல. பழைய வேதங் களையும், புத்தகங்களையும் படித்து, என் துரதிர்ஷ்டத்தை மறைக்கப் பல முறை முயன்றேன். அது எரியும் நெருப்பில் எண்ணெய் விட்டது போல ஆயிற்று. என் இறந்தகால ஊர்வலத்தில், நான் துன்பத்தைத் தவிர வேறெதையும் காண வில்லை; அழுகையையும், புலம்பலையும் தவிர வேறெதையும் கேட்கவில்லை. தேவ கீதங்களைக் காட்டிலும், யோபுவின் புத்தகம் எனக்கு மிகவும் கவர்ச்சியாகத் தென்பட்டது. சால மனின் சங்கீதத்தைக் காட்டிலும், ஜெரேமியாவின் இரங்கற் பாக்களையே நான் விரும்பினேன். மேல்நாட்டு எழுத்தாளர் களின் எல்லா நாடகங்களை விடவும், 'ஹாம்லெட்' நாடகமே என் இதயத்தைத் தொட்டது. இவ்வாறுதான் அவநம்பிக்கை, நம்மை பலவீனமடைய வைத்து, நம் செவிகளை அடைத்து விடுகின்றது. பேரழிவின் சாயலைத் தவிர நாம் வேறெதை யும் காண முடிவதில்லை. கலங்கிய நம் இதயத்தின் துடிப்பு களை மட்டுமே நம்மால் கேட்க முடிகிறது.

8

கிறிஸ்துவுக்கும் இஸ்தாருக்கும் இடையில்

லெபனானுடன் பெய்ரூட் நகரை இணைக்கும் மலைகளுக்கும் தோட்டங்களுக்கும் இடையில், மிகப் பழைய கோயில் ஒன்று இருக்கிறது. வெள்ளைப் பாறையில் தோண்டப்பட்ட கோயில் அது. ஒலிவம், வாதுமை, வில்லோ மரங்களால் சூழப்பட்டிருந்தது அது. பிராதன சாலை யிலிருந்து அரை மைல் தூரத்தில் இருந்தும் கூட, அதன் சிற்பச் சிறப்புகளைக் காண மிகச் சிலர்தான், என் கதை நடந்த காலத்தில், அங்கே சென்று கொண்டு இருந்தார்கள். லெபனானில், மறக்கப்பட்டு, மறைந்திருக்கும் பல கவர்ச்சி யான இடங்களில் அதுவும் ஒன்று. அதன் ஒதுக்குப்புறம் காரணமாக, வழிபடுவோருக்குப் புகலிடமாகவும், தனிமைக் காதலர்களுக்கு ஆலயமாகவும் அது ஆகி விட்டிருந்தது.

கோயிலுக்குள் நுழைந்தவுடனே, அதன் கிழக்குப் பக்கத்தில், பாறையில் செதுக்கப்பட்டிருக்கும் பினீசியப் படம் ஒன்றைக் காணலாம். அதில், அழகு, காதல் தேவதை இஸ் தார், அரியணையில் வீற்றிருக்கிறாள். அவளைச் சுற்றி ஏழு நிர்வாணக் கன்னியர் பல்வேறு நிலைகளில் சூழ்ந்து நின் றிருக்கின்றனர்.

முறிந்த சிறகுகள்

முதல் கன்னியின் கையில் ஒளிப்பந்தம். இரண்டாம வள் கையில் கிதார். மூன்றாமவளிடம் ஊதுவத்திப் பீடம். நாலா மவளிடம் திராட்சை மது ஜாடி. ஐந்தாமவளிடம் ரோஜாக் கிளை. ஆறாவது கன்னியிடம் வெற்றி மலர் வளையம். ஏழா வது கன்னியின் கையில் வில்லும் அம்பும். அந்த ஏழு பேரும் இஸ்தாரை பயபக்தியுடன் பார்த்தபடி நின்று கொண்டிருந் தனர்.

இரண்டாவது சுவரில் இன்னொரு படம், முதல் படத்தை விட மிக நவீனமாகக் காணப்படும். சிலுவையில் அறையப் பட்ட இயேசு, மேரி மகதலேனா, மற்றும் இரண்டு அழும் பெண்கள். அந்த பைசாந்தியச் சிற்பம், பதினைந்து அல்லது பதினாறாவது நூற்றாண்டில் செதுக்கப்பட்டிருக்க வேண்டும்.

மேல்புறச் சுவரில் இருந்த இரு வட்டத் துளைகள் வழி யாக உள்ளே வந்த கதிரவனின் ஒளிக் கற்றைகள், அந்தச் சிற்பங்கள் தங்க நிறம் பூசப்பட்டவை போலத் தோன்றச் செய்தன. கோயிலின் நடுவில், ஒரு சதுர பளிங்குக்கல். அதன் நான்கு பக்கங்களிலும் ஓவியங்கள் தீட்டப்பட்டிருந் தன. ஓவியங்கள் சரியாகப் புலப்படவில்லை. பழங்கால மனி தர்கள் அதை பலிபீடமாக்கியதால், சிந்திய ரத்தமும், நறு மணப் பொருள்களும், திராட்சை மதுவும், எண்ணெயும் அதன் மேல் திட்டுத் திட்டாகப் படிந்திருந்தன.

அந்தச் சின்னக் கோயிலில் அமைதி குடிகொண்டு இருந் தது. அது, தேவ ரகசியங்களையும், முன் தலை முறைகளைப் பற்றியும், மதங்களின் தோற்றம் பற்றியும் மௌன மொழியில் சொல்லிக் கொண்டிருந்தது. அந்தத் தோற்றம், ஒரு கவி ஞனை நிகழ்காலத்திலிருந்து நெடுந் தூரம் கொண்டு சென்று விடும்; மனிதன் சமயத்தோடு பிறந்திருக்கிறன்

என்று ஒரு தத்துவ ஞானியை நம்பச் செய்யும். தங்களால் பார்க்க முடியாதவற்றையும், தங்கள் இதய இரகசியங்களை யும் வெளிப்படுத்தும்போது, அதை அவர்கள் குறியீடுகள் மூல மாகவே வெளிப்படுத்தினர்.

யாருக்கும் தெரியாத அந்தக் கோயிலில்தான் நான் மாதந்தோறும் செல்மாவைச் சந்தித்தேன். பல மணி நேரங் கள் செலவழிப்பேன். அந்த அபூர்வமான படங்களையெல் லாம் பார்ப்பேன். சிலுவையில் அறையப்பட்ட இயேசுவை நினைப்பேன். இளம் பினீசிய ஆண், பெண்கள் இஸ்தாரை வணங்கி, வாசனைப் பொருட்களும், ஊதுவத்தியும் படைத்து, கால ஓட்டத்தில் பெயரைத் தவிர எல்லாம் மறைந்து போன தைப் பற்றியெல்லாம் நினைத்துக் கொள்வேன்.

நான் செல்மாவைச் சந்தித்த நினைவுகளைச் சொற் களால் வரைய என்னால் முடியாது. அந்தத் தெய்வீகப் பொழுதுகளில், வேதனையும், மகிழ்ச்சியும், துக்கமும், நம்பிக்கையும், துயரமும் நிறைந்திருந்தன.

நாங்கள் அந்தக் கோயிலில் இரகசியமாகச் சந்தித்தோம். பழைய காலங்களை நினைத்துக் கொண்டோம். நிகழ்காலத் தைப் பற்றிப் பேசினோம். எதிர்காலத்தை நினைத்து அஞ்சி னோம். எங்கள் இதயங்களின் அடியாழத்தில் மறைந்திருந்த இரகசியங்களை மெல்ல மெல்ல வெளிக்கொண்டு வந்து, ஒருவரிடம் ஒருவர் முறையிட்டுக் கொண்டு, எங்கள் துயரங் களையும், வேதனைகளையும் பங்கிட்டுக் கொண்டு, கற் பனை நம்பிக்கைகளிலும், துயரக் கனவுகளிலும் மூழ்கிப் போயிருந்தோம்.

அவ்வப்போது, நாங்கள் அமைதியடைந்து, எங்கள் கண்ணீரைத் துடைத்து விட்டு, சிரிக்கத் துவங்கி, காதலைத்

தவிர எல்லாவற்றையும் மறந்து போவோம். எங்கள் இதயங் கள் உருகிப் போகும்படி நாங்கள் தழுவிக் கொள்வோம். செல்மா என் நெற்றியில் முத்தம் பதிப்பாள்; என் இதயத்தைப் பேரானந்தத்தால் நிறைப்பாள். விடியலின் முதல் கதிர், மலைச் சிகரத்தில் படிவது போல, செல்மாவின் கன்னங்கள் சிவக்க, அவள் தன் தந்தக் கழுத்தை முன்னால் சாய்க்க, நான் அவளுடைய முத்தத்தைத் திருப்பிக் கொடுப்பேன். அந்தி மாலைப் பொழுதின் செக்கர், தொலைதூரத்து மேகங்களில் படியும். அந்த அடிவானக் காட்சியை நாங்கள் மௌனமாய்ப் பார்த்துக் கொண்டிருப்போம்.

எங்கள் பேச்சு காதலைப் பற்றியதாக மட்டும் இருக்க வில்லை. அடிக்கடி நிகழ்கால நடப்புகளைப் பற்றியும் நாங்கள் கருத்துப் பரிமாற்றம் செய்து கொண்டோம். செல்மா, சமு தாயத்தில் பெண்களின் இடம் பற்றியும், கடந்த தலைமுறை ஒரு பெண்ணின் மீது விட்டுச் சென்றுள்ள பாதிப்புகள் பற்றி யும், மணவாழ்வை பயமுறுத்தும் மதநோய்கள், மோசடிகள் பற்றியும் சொல்வாள்.

அவள் ஒரு முறை சொன்னது என் நினைவிற்கு வருகி றது. "கவிஞர்களும், எழுத்தாளர்களும், பெண்ணின் எதார்த்த நிலை பற்றிப் புரிந்து கொள்ள முயல்கிறார்கள். ஆனால், இது நாள் வரை, அவளுடைய இதயத்தில் மறைந்துள்ள மர்மங் களை அவர்களால் கண்டு பிடிக்கவே முடியவில்லை. ஏனென்றால், அவர்கள் அவளை, காமத்திரை வழியாகத் தான் பார்க்கிறார்கள்; அவளது புறத் தோற்றத்தைத்தான் பார்க்கிறார்கள். வெறுப்பு என்ற பூதக்கண்ணாடி மூலம் அவளைப் பார்ப்பதால், பலவீனமும், அவளது பணிவும் தவிர வேறெதையும் காண்பதில்லை."

கலீல் ஜிப்ரான்

மற்றொரு முறை, கோயில் சிற்பங்களைச் சுட்டிக் காட்டிய படி அவள் சொன்னாள்: "இந்தப் பாறைச் சிற்பங்களின் நடுவில், இரண்டு குறியீடுகள், ஒரு பெண்ணின் ஆசையின் சாரத்தையும், அவள் ஆன்மாவில் மறைந்துள்ள இரகசியங் களையும் வெளிப்படுத்துகின்றன. காதலுக்கும் துக்கத்திற் கும் இடையில், பாசத்திற்கும் தியாகத்திற்கும் இடையில், அரி யணையில் வீற்றிருக்கும் இஸ்தாருக்கும், சிலுவைக்கருகில் நின்று கொண்டிருக்கும் மேரிக்கும் இடையில், அவை நகர்ந்து கொண்டிருக்கின்றன. ஆண்மகன், பெருமையையும், புகழையும் விலைக்கு வாங்கி விடுகிறான். பெண்தான் அதன் விலையைக் கொடுக்க வேண்டி வருகிறது."

எங்கள் சந்திப்பு, கடவுளுக்கும், கோயில் மீது பறந்த பறவைகளுக்கும் தவிர, வேறு யாருக்கும் தெரியாது. செல்மா, பாஷா பூங்கா வரை வண்டியில் வருவாள். பிறகு, அங்கிருந்து கோயிலுக்கு நடந்து வருவாள். நான் அங்கே அவளுக்காக ஆவலுடன் காத்திருப்பேன்.

யாராவது எங்களைப் பார்த்து விடக்கூடும் என்பதற் காகவோ, எங்கள் மனசாட்சிக்காகவோ நாங்கள் பயப்பட வில்லை. நெருப்பால் தூய்மைப்படுத்தப்பட்டு, கண்ணீரால் கழுவப்பட்ட ஆன்மா, மக்கள் சொல்லும் வெட்கம், அவ மானங்களுக்கெல்லாம் மேம்பட்டு நிற்பது. மனித நெஞ்சத் தின் பாசங்களுக்கு எதிரான அடிமைச் சட்டமும், பழக்க வழக்கங்களும் கட்டுப்படுத்தாத சுதந்திரமுடையது அந்த ஆன்மா. அந்த ஆன்மா, கடவுளின் அரியணை முன் எந்த அவமானமும் இல்லாமல் நிற்கக் கூடியது. மிகவுயர்ந்ததும், நிரந்தரமானதுமான விதிகளின் பொருள், விளங்காமற் போகும் அளவுக்கு, மனித சமுதாயம், ஊழல் விதிகளுக்கு,

எழுபது நூற்றாண்டுகளாகக் கட்டுப்பட்டுக் கிடக்கின்றது. ஒளி மங்கிய மெழுகுவத்தி வெளிச்சத்திற்கு மனிதனின் கண்கள் பழக்கப்பட்டுப் போனதால், அவனால் ஒளியைக் காண முடியவில்லை. ஆன்ம நோய் ஒரு தலைமுறையிலிருந்து இன்னொரு தலைமுறைக்கு தொற்றிக் கொண்டு வந்து, அது மக்களின் ஒரு பகுதியாகவே மாறி விட்டது. அது நோயா கவே கருதப்படவில்லை; ஆதாமுக்குக் கடவுள் தந்த இயற் கைப் பரிசாகவே கருதப்பட்டு விட்டது. யாராவது அந்த நோய்க் கிருமிகளிலிருந்து விடுபட்டு வாழ்ந்தால், அவர்களைக் கேவல மாகவும், அவமானகரமாகவும் கருத ஆரம்பித்து விட்டார்கள்.

செல்மா கராமி, தன் கணவனின் வீட்டை விட்டு வந்து என்னைச் சந்திப்பது ஒரு பாவமென்று கருதுகிறவர்கள், நோய் மனம் கொண்டவர்கள்; பலவீனமான மனம் படைத்த வர்கள்; ஆரோக்கியமாகவும், திடமனதுடனும் இருப்பவர் களைக் கலகக்காரர்கள் என்று சொல்பவர்கள்; காலடியில் மிதிபட்டு விடுவோம் என்று பயந்து, இருளில் ஊர்ந்து செல்லும் புழுப் பூச்சிகளைப் போன்றவர்கள் அவர்கள்.

வாய்ப்பிருந்தும் தப்பிச் செல்லாத சிறைக் கைதி ஒரு கோழை. அடிமைத்தனத்திலிருந்து தன்னை விடுவித்துக் கொள்ள முடியாத ஓர் அப்பாவிக் கைதி, செல்மா. அவள் தன் சிறைச் சாளரத்தின் வழியாக, விரிந்த வானத்தையும், ப்சிய வயல்வெளிகளையும் பார்ப்பது குற்றமா? அவள் என் னைத் தேடி வந்து, கிறிஸ்துவுக்கும், இஸ்தாருக்கும் இடை யில், என்னைச் சந்திப்பதைக் குற்றமாகவும், கணவனுக்குச் செய்யும் துரோகமாகவும் நினைப்பார்களோ? அவர்கள் என்னவோ சொல்லிக் கொண்டு போகட்டும். மற்ற உயிர்கள் எல்லாம் புதைந்து விடக்கூடிய சதுப்பு நிலங்களை, செல்மா

கடந்து சென்று விட்டாள். அங்கே ஊளையிடும் ஓநாய்களும், சரசரக்கும் பாம்புகளும் செல்ல முடியாது.

என்னைப் பற்றி என்ன வேண்டுமானாலும் மக்கள் சொல்லிக் கொள்ளட்டும். சாவின் பேய் முகம் கண்டவன், திருடர்களின் முகத்தைக் கண்டா அஞ்சப் போகிறான்? தலைக்கு மேல் மின்னும் வாள்கள் சுழல்வதையும், இரத்த ஆறுகளைத் தன் காலடியிலும் கண்ட போர்வீரன், தெருவில் பிள்ளைகள் வீசும் கல்லெறிக்கா பயப்படுவான்?

9

தியாகம்

ஜூன் மாதத்தின் பிற்பகுதியில் ஒரு நாள், மக்கள் வெப்பத்திலிருந்து விடுபட நகரத்தை விட்டு மலைக்குச் சென்று விட்டபோது, நான் செல்மாவைச் சந்திக்கக் கோயிலுக்குச் சென்றிருந்தேன். கையில் அந்தலூசியக் கவிதைத் தொகுதியை எடுத்துச் சென்றிருந்தேன்.

கோயிலை அடைந்ததும், அவ்வப்போது கவிதைப் புத்தகத்தின் பக்கங்களைப் புரட்டுவதும், கவிதைகளைப் படிப்பதுமாக செல்மாவின் வரவிற்காகக் காத்திருந்தேன். என் இதயம் மகிழ்ச்சியால் நிறைந்திருந்தது. கிரானாடாவுக்கு விடை சொல்லி விட்டு, தம் மாளிகைகளையும், நிறுவனங்களையும், நம்பிக்கைகளையும் பின்னே விட்டு விட்டு, இதயத்தில் துயரச் சுமையுடன் புறப்பட்ட மன்னர்களும், கவிஞர்களும், பிரபுக்களும், என் நினைவுக்கு வந்தார்கள்.

ஒரு மணி நேரம் கழித்து, செல்மா, கோயிலை நோக்கி, தோட்டத்தின் நடுவே நடந்து வருவது புலப்பட்டது. தன் குடைமீது சாய்ந்தபடி, உலகத்தின் துயரங்களையெல்லாம் தன் தோளில் சுமந்து வருபவளைப் போல அவள் வந்து கொண்டிருந்தாள். அவள் கோயிலை அடைந்ததும், என்னருகில் வந்து அமர்ந்தாள். அவள் பார்வையில் ஒரு மாற்றம் தெரிந்தது. அதைப் பற்றிக் கேட்க எனக்கு ஆவல் தோன்றியது.

நான் நினைப்பதை செல்மா உணர்ந்து கொண்டாள். என் தலையைத் தடவியபடி அவள், "என் அருகில் நெருங்கி வாருங்கள், என் அன்பரே! வாருங்கள், என் தாகத்தைத் தணித்துக் கொள்கிறேன். நாம் பிரியும் வேளை வந்து விட்டது," என்றாள்.

"நாம் சந்திப்பது உன் கணவருக்குத் தெரிந்து விட்டதா?" என்று கேட்டேன்.

"என் கணவர் என்னைப் பற்றி கவலைப்படுவதே இல்லை. என்னுடைய நேரத்தை நான் எப்படிக் கழிக்கிறேன் என்பதும் அவருக்குத் தெரியாது. வறுமையால் விரட்டப்பட்டு, அவமானகரமான இல்லங்களில் அடைக்கலம் தேடி, ஒரு வாய் சோற்றுக்காகத் தம் உடலை விற்றுக் கண்ணீரும், இரத்தமும் சிந்தும் அபலைப் பெண்களைக் கவனிக்கவே அவருக்கு நேரம் போத வில்லை" என்றாள்.

"நீ இங்கே வந்து, கடவுளுக்கு முன்னால் பக்தியுடன், என்னருகில் நீ அமர்வதற்கு என்ன தடை நேர்ந்து விட்டது?" என்று நான் கேட்டேன். "உன் ஆத்மா நம் பிரிவை வேண்டுகிறதா?" என்றேன்.

கண்களில் கண்ணீருடன் அவள் பதில் சொன்னாள்:

"இல்லை, அன்பரே. என் உயிர், பிரிவை விரும்பவில்லை. நீங்கள் என் பகுதி. என் விழிகள் உங்களைக் காண்பதில் களைத்துப் போவதே இல்லை. நீங்களே, என் கண்களின் ஒளி. ஆனால், விதியின் ஆணையால், நான் கை கால் விலங்குகளுடன் வாழ்க்கையின் கரடு முரடான பாதையில் நடக்க வேண்டிய நிலை ஏற்பட்டால், என்னைப் போலவே உங்கள் விதியும் அமைவதைக் கண்டு நான் நிம்மதியடைய முடியுமா?

"எல்லாவற்றையும் சொல்லிவிட என்னால் முடியவில்லை. வேதனையால் நான் ஊமையாகிப் போனேன். என்னால் பேச முடியவில்லை. என் உதடுகள் துயரத்தால் தாழிடப்பட்டு விட் டதால், அசைக்க முடியவில்லை. நீங்கள், என்னைப் போல, சதிவலையில் விழுந்து விடுவீர்களோ என்று எனக்குப் பய மாக இருக்கிறது" என்று கூறினாள் செல்மா.

"நாம் சந்திப்பது பிஷப்புக்குத் தெரிந்து விட்டதா? அவ ருக்கா நீ பயப்படுகிறாய்?" என்று கேட்டேன்.

அதற்கு அவள், "அவருக்குத் தெரிந்திருந்தால், இப்போது நீங்கள் என்னோடு அமர்ந்து பேசிக் கொண்டு இருக்கவே முடியாது. அவருக்கு இப்போதுதான் சந்தேகம் வந்திருக்கி றது. என்னைக் கவனமாகக் கண் காணிக்கும்படி, தன் எல்லா வேலையாட்களுக்கும் அவர் சொல்லியிருக்கிறார். என் வீட்டையும், என் பாதையையும் எல்லாக் கண்களும் கவ னித்துக் கொண்டிருக்கின்றன. விரல்கள் என்னைச் சுட்டிக் காட்டுகின்றன. என் இதயம் பேசுவதைக் கூட, பல செவிகள் கேட்டுக் கொண்டிருக்கின்றன," என்று கூறினாள்.

சற்று நேரம் மௌனமாக இருந்து விட்டு, கன்னங்களில் கண்ணீர் வழிய, செல்மா பேச ஆரம்பித்தாள். "பிஷப்புக்காக நான் பயப்படவில்லை. தண்ணீரில் மூழ்கியவருக்கு ஈரத்தைப் பற்றி என்ன கவலை? ஆனால், நீங்கள் அவருடைய சதிக்கு இரையாகி விடுவீர்களோ என்பதுதான் என் கவலை. நீங்கள் இன்னும் இளைஞர். கதிரொளி போல் சுதந்திரமானவர். விதி, என் மார்பின் மீது தன் எல்லா அம்புகளையும் எய்து விட்டது. அதற்காக நான் கவலைப்படவில்லை. எதிர்காலம், மகிழ்ச்சி யும் புகழும் ஏந்தி உங்களுக்காகக் காத்திருக்கும் மலைச் சிகரத்தை நோக்கி, நீங்கள் ஏறிச் செல்கையில், ஒரு பாம்பு உங்கள் காலைக் கடித்துத் தடுத்து விடுமோ என்றுதான் நான் கவலைப்படுகிறேன்," என்று கூறினாள்.

"ஒளியின் பாம்பினால் கடிபடாதவர், இருள் ஓநாயினால் கவ்வப்படாதவர், எப்போதும், பகல்களாலும், இரவுகளாலும் ஏமாற்றப்பட்டு விடுவார். நான் சொல்வதைக் கேள், செல்மா கவனமாகக் கேள். மக்களின் தீமைகளையும், கீழ்மைகளை யும் தவிர்க்க, பிரிவு ஒன்றுதான் வழியா? காதல், சுதந்திரம் ஆகியவற்றின் வழிகள் அடைக்கப்பட்டு விட்டனவா? மரணத்தின் அடிமைகளுக்கு அடங்கிப் போவது தவிர வேறு வழியே இல்லையா?" என்று கேட்டேன்.

அதற்கவள், "பிரிவையும், நாம் விடைபெற்றுக் கொள் வதையும் தவிர, வேறெதுவும் மிச்சமில்லை," என்று கூறினாள்.

உள்ளத்தில் கிளர்ச்சி பொங்க, நான் அவள் கையைப் பற்றிக் கொண்டேன். "நாம் நீண்ட காலம் மற்றவர் விருப்பத் திற்கு விட்டுக் கொடுத்து விட்டோம். நாம் சந்தித்துக் கொண்ட நாள் முதல், நம்மை வழி நடத்திச் சென்றவர்கள் குருடர்கள். நாம் அவர்களோடு சேர்ந்து, அவர்களின் தெய் வச் சிலைகளை வழிபட்டோம். நான் உன்னைச் சந்தித்ததில் இருந்து, தூக்கி வீசி விளையாடும் இரு பந்துகளைப் போல நாம் பிஷப்பின்கையில் சிக்கி விட்டோம். சாவு வரும் வரை, அவருக்கு நாம் அடிபணிய வேண்டுமா? மரணத்தின் காலடி யில் மட்டும் சமர்ப்பிக்க, கடவுள் நமக்கு வாழ்க்கையின் உயிர் மூச்சைக் கொடுத்திருக்கிறார் அல்லவா? அதை, அடிமைத்தனத்திற்கு நிழலாக்கி விடவா, அவர் நமக்குச் சுதந்திரம் கொடுத்திருக்கிறார்? தன் ஆன்ம நெருப்பைத் தன் கையாலேயே அவிப்பவன், சுவர்க்கத்தின் பார்வையில், நம்பிக்கையற்ற கோழை. நம் ஆன்மத் தீயை ஏற்றி வைத்தது சுவர்க்கமல்லவா? அடக்கு முறைக்கு எதிராகக் கிளர்ந்து கலகம் செய்யாதவன், தனக்கே அநீதி இழைத்துக் கொள்கி றான். நான் உன்னைக் காதலிக்கிறேன், செல்மா. நீயும்

என்னைக் காதலிக்கிறாய். காதல் விலைமதிப்பற்ற கருவூலம் அல்லவா? உணர்வுமயமான, உயர்ந்த ஆன்மாக்களுக்குக் கடவுள் தந்த பரிசு காதல். நாம் இதைப் பன்றிகள் முன்னால் வீசி எறிய, இந்தச் செல்வம் அவற்றின் காலடிகளில் மிதி படவா? இந்த உலகம் விந்தையும், அழகும் கொண்டது.

"பிஷப்பும், அவரது ஆட்களும் நமக்காக வெட்டிய இந்தக் குறுகிய சுரங்கத்தில் நாம் ஏன் வாழ வேண்டும்? வாழ்க்கை மகிழ்ச்சியும், சுதந்திரமும் நிறைந்தது. நாம் ஏன், நமது கனத்த நுகத்தடிகளையும், கால் விலங்குகளையும் உடைத் தெறிந்து விட்டு, அமைதியை நோக்கிச் சுதந்திரமாகச் செல் லக் கூடாது? எழுந்திரு! இந்தச் சிறிய கோயிலை விட்டு, கடவுளின் பெரிய ஆலயத்திற்குச் செல்வோம்.

"இந்த நகரம், இதன் அடிமைத்தனங்கள், மடமைகள் எல்லாவற்றையும் விட்டு விட்டு, திருடர்களின் கரங்களுக்கு எட்டாத தொலைதூரத்து நகரம் ஒன்றிற்கு நாம் சென்று விடுவோம். இரவின் மறைவில், நாம் கடற் கரைக்குச் சென்று, கடல் கடந்து செல்லும் படகு ஒன்றைப் பிடித்து, அங்கே சென்று, ஆனந்தம் நிறைந்த, அர்த்தமுள்ள ஒரு புதிய வாழ்வை ஏற்போம். தயங்காதே, செல்மா. இந்த வினாடிகள், மன்னர் மணிமுடிகளை விட மதிப்பு மிக்கவை; தேவதை களின் அரியணைகளைக் காட்டிலும் தெய்வீகமானவை. வறண்ட பாலைவனத்தில் இருந்து, நறுமணம் வீசும் செடி களும், மலர்களும் செழித்திருக்கும் பசுமையான தோட்டங்க ளுக்கு நம்மை அழைத்துச் செல்லும் இந்த ஒளித் தூணைப் பின் தொடர்ந்து செல்வோம்."

அப்புறம் அவள் தன் தலையை அசைத்தாள்; கோயிலின் மேற்கூரையிலிருந்த எதையோ வெறித்துப் பார்த்தாள். ஒரு

சோகப் புன்னகை தோன்றியது. அப்புறம் அவள் சொன்னாள்: "வேண்டாம் அன்பரே, வேண்டாம். வானுலகம் என் கையில், கசப்பு மதுக் கோப்பையைக் கொடுத்து விட்டது. அதன் கசப்பை அறிய, ஒரு சொட்டு விடாமல் நான் அதைக் குடித்தாக வேண்டிய கட்டாயம் ஏற்பட்டு விட்டது. நான் அதைப் பொறுமையுடன் குடிப்பேன்.

"அன்பும் அமைதியும் நிறைந்த ஒரு புதிய வாழ்விற்கு நான் தகுதியற்றவள். வாழ்வின் இன்பங்களையும், இனிமைகளையும் அனுபவிக்க எனக்குச் சக்தியில்லை. சிறகொடிந்த பறவை விசாலமான வானத்தில் பறக்க முடியாது. மங்கிய மெழுகுவர்த்தி ஒளியை மட்டுமே கண்டு பழக்கப்பட்ட என் கண்கள், கதிரவனைக் காணச் சக்தியற்றவை. மகிழ்ச்சியைப் பற்றி என்னிடம் பேசாதீர்கள். அதன் நினைவுகள் என்னை வேதனைப்படுத்தும். அமைதியைப் பற்றி என்னிடம் குறிப்பிடாதீர்கள். அதன் நிழல் என்னைப் பயமுறுத்துகின்றது. ஆனால், என்னைப் பாருங்கள். என் இதயச் சாம்பலில் இருந்து வானுலகம் ஏற்றிய புனித தீபத்தை உங்களுக்குக் காட்டுகிறேன்.

"ஒரு தாய், தன் ஒரே குழந்தையை நேசிப்பது போல, உங்களை நான் நேசிப்பது உங்களுக்குத் தெரியும். காதல் ஒன்றுதான், உங்களை என்னிடமிருந்து கூடக் காப்பாற்ற, எனக்குக் கற்றுத் தந்தது. காதல்தான், நெருப்பினால் தூய்மை பெற்று, உங்களுடன் தூர தேசத்திற்கு வரத் தடுக்கிறது. நீங்கள் சுதந்திரமாகவும், நற் பண்புகளுடனும் வாழ்வதற்காக, காதல் என் ஆசைகளைக் கொல்கின்றது. குறுகிய காதல், தன் காதலர் மீது உரிமை கொண்டாடுகிறது; ஆனால், எல்லையற்ற காதலோ காதலை மட்டுமே வேண்டுகின்றது. எளிமைக்கும், இளமையின் விழிப்புணர்ச்சிக்கும் இடையில் வரும் காதல், தன்னிலே நிறைவடைந்து, தழுவல்களால் வளர்கின்றது. ஆனால், வானவெளியின் மடியில் பிறந்து,

இரவின் இரகசியங்களோடு இறங்கி வரும் காதல், எல்லை யின்மை, அழியாமை ஆகியவற்றால் தவிர, வேறு எவற்றாலும் மனநிறைவடைவதில்லை. தெய்வத்தின் முன்னாலன்றி, வேறு எதன் முன்னும் அது பயபக்தியுடன் நிற்பதில்லை.

"பிஷப் தன் மருமகனின் வீட்டை விட்டு நான் வெளிச் செல்வதைத் தடுக்க விரும்பியபோது, நான் என் அறையின் சாளரத்தருகே நின்று, கடலைப் பார்த்தேன். உண்மையான சுயவிடுதலை கிடைக்க தூர தூர விசாலமான நாடுகளைப் பற்றி நினைத்துக் கொண்டேன். உங்கள் பாசக் கடலில், உங்கள் ஆன்மாவின் நிழல் என்னைச் சூழ்ந்து நிற்க, உங் களருகே நெருக்கமாக வாழ்வது போல நான் உணர்ந்தேன். ஒரு பெண்ணின் இதயத்தில் ஒளியேற்றும் இந்த நினைவுகள் எல்லாம், நீதி, சுதந்திரம் ஆகியவற்றின் நிழலில், வாழ்வின் பழைய பழக்கங்களுக்கெதிராகக் கலகம் செய்யத் தூண்டும்.

"இந்த எண்ணங்கள், நம் காதல் வரயறைக்குள்ளானது என்றும், பலவீனமானது என்றும், பலவீனமான நான், சூரிய னின் முகத்திற்கெதிரே நிற்க முடியாது என்றும், எனக்கு உணர்த்தின. அரசையும், செல்வங்களையும் பறிகொடுத்த மன்னனைப் போல நான் அழுதேன். ஆனால், என் கண்ணீர் வழியாக உங்கள் முகத்தைப் பார்த்தபோது, உங்கள் கண்கள் என்னை உற்றுப் பார்த்தபோது, நீங்கள் ஒரு முறை சொன் னது என் நினைவிற்கு வந்தது. ('வா, செல்மா, வா, புயலை எதிர்த்து நிற்கும் கோபுரங்கள் போல நாம் நிற்போம். பகை வனுக்கு எதிராகத் துணிந்து நின்று, அவனுடைய ஆயுதங் களை எதிர்கொள்ளும் வீரம் செறிந்த போர் வீரர்களைப் போல நாம் நிற்போம். நாம் கொல்லப் படுவோமானால், வீரத் தியாகிகள் போலச் சாவோம். நாம் வெற்றி பெற்றால், மாவீரர்கள் போல வாழ்வோம். சமாதானத்தை நோக்கிப் பின்

வாங்குவதை விட, தடைகளையும், சிரமங்களையும் எதிர்த்து நிற்பது பெருமை மிக்கது.')

"என் அன்பரே, இந்த வார்த்தைகளை, நீங்கள், சாவின் சிறகுகள் என் தந்தையின் படுக்கை மீது படர்ந்தபோது கூறினீர்கள். நேற்று என் தலைமீது நம்பிக்கைச் சிறகுகள் பறந்த போது நான் அவற்றை நினைத்துக் கொண்டேன். நான் வலிமை பெற்றதாக உணர்ந்தேன். எனது இருண்ட சிறையிலும், ஒரு வகை, விலைமதிக்க முடியாத சுதந்திரம், நம் சிரமங்களைக் குறைத்து, நம் கவலைகளை நீக்கியதாக உணர்ந்தேன்.

"நமது காதல், கடலைப் போல் ஆழமானது; விண் மீன்களைப் போல் உயரமானது; வானத்தைப் போல் விசாலமானது, என்பதைக் கண்டுகொண்டேன். உங்களைக் காணவே நான் வந்தேன். என் பலவீனமான உயிர், ஓர் புதிய வலிமை பெற்றுள்ளது. இந்த வலிமை, ஒரு பெரிய விஷயத்தை இழக்கும் ஆற்றலைத் தந்துள்ளது, அதை விடப் பெரியதைப் பெறுவதற்காக. அது என் மகிழ்ச்சியின் தியாகம். நீங்கள் நற்பண்புகளுடனும், மதிப்புடனும் மக்கள் பார்வையில் சிறக்க, அவர்களுடைய சித்திரவதை, தண்டனைகளிலிருந்து வெகு தூரம் சென்றுவிட, நான் அதைத் தியாகம் செய்ய வேண்டியுள்ளது.

"முன்பு, நான் இந்த இடத்திற்கு வந்தபோது, கனத்த சங்கிலிகள் என்னைப் பின்னுக்கிழுப்பதாக உணர்ந்தேன். ஆனால், இன்று, ஒரு புதிய முடிவுடன், அது, என் விலங்குகளைக் கண்டு நகைத்து, என் வழியைச் சுருக்கி விடும்படியாக, நான் இங்கே வந்திருக்கிறேன். இந்தக் கோயிலுக்கு, நான் பயந்த பூதத்தைப் போல்தான் வருவது வழக்கம். ஆனால், தியாகத்தின் அவசரத்தை உணர்ந்த ஒரு வீரப் பெண்ணைப் போலவும், துன்பங்களின் மதிப்பீடுகளை உணர்ந்தவளைப் போலவும், தன் பசித்த ஆன்மாவிடமிருந்தும்,

முட்டாள் ஜனங்களிடமிருந்தும் தன் காதலரைக் காப்பாற்ற விரும்புகிறவளைப் போலவும், இன்று நான் வந்திருக்கிறேன்.

“உங்களருகே நான் நடுங்கும் நிழல் போல அமர்ந்திருப் பது வழக்கம். ஆனால், இன்று, இஸ்தாருக்கும் கிறிஸ்துவுக்கும் முன்னால் என் உண்மையான சுயத்தைக் காட்ட வந்திருக் கிறேன்.

“நான் முன்பு நிழலில் வளர்ந்த மரம். ஆனால், இன்று, என் கிளைகள், பகல் ஒளியில் சற்றே நடுங்க, நீட்டுகிறேன். என் அன்பரே, உங்களிடம் இன்று விடை பெற வந்தேன். நம்முடைய காதலைப் போலவே, நம் விடைபெறலும் மிகப் பெரிதாகவும், வியப்புத் தருவதாகவும் இருக்கின்றது என்று நான் நம்புகிறேன். நம் விடை பெறல், பொன்னை உருக்கிப் பொலிவாக்கும் நெருப்பைப் போல் இருக்கட்டும்,” என்றாள் செல்மா.

நான் மறுத்துப் பேச செல்மா என்னை விடவில்லை. கண் கள் ஒளிவிட என்னைப் பார்த்தாள். அவள் முகத்தில் ஒரு பெருமிதம் காணப்பட்டது. அமைதியும், மரியாதையும் மிக்க ஒரு தேவதை போல அவள் தோன்றினாள். பிறகு, திடீரென என் மேல் பாய்ந்தாள். முன்பு ஒருபோதும் அவள் இப்படிச் செய்ததில்லை. தன் மெத்தென்ற பட்டுக்கரங்களால் என் னைத் தழுவிக் கொண்டு, ஒரு நீண்ட, ஆழ்ந்த, தகிக்கும் முத்தத்தை என் உதடுகள் மீது பதித்தாள்.

அந்தி சாய்ந்தது. தோட்டங்களிலிருந்தும், கனிச் சோலை களிலிருந்தும் தன் கதிர்களைக் கதிரவன் பின்வாங்கிக் கொண்டான். செல்மா, கோயிலின் நடுவே சென்று, அதன் சுவர்களையும், மூலைகளையும் நெடு நேரம் வெறித்துப் பார்த் தாள். தன் கண்களின் ஒளியை அந்தச் சிற்பப்படிமங்கள் மீது பாய்ச்ச விரும்புகிறவளைப் போல. பிறகு அவள் முன்னே

நடந்து சென்று, கிறிஸ்து சிற்பத்தின் முன் பயபக்தியுடன் மண்டியிட்டமர்ந்து, அவர் பாதங்களை முத்தமிட்டாள்.

பிறகு, மெதுவாக, "கிறிஸ்துவே, நான் உன் சிலுவையைப் பற்றிக் கொண்டேன்; இஸ்தாரின் ஆனந்த உலகைக் கை விட்டு விட்டேன். முள்முடியைச் சூடிக் கொண்டேன். வெற்றி மலர்வளையத்தைப் புறக்கணித்து விட்டேன். என்னை, வாசனைத் தைலங்களிலும், நறு மணப் பொருட்களிலும் குளிப்பாட்டிக் கொள்வதற்குப் பதிலாக, இரத்தத்திலும், கண் ணீரிலும் நீராட்டிக் கொண்டேன். மதுவும், தேனும் ஊற்றப் படும் கோப்பையில், காடியும், கசப்பும் நிறைத்துக் குடித்து விட்டேன். என் பிரபுவே, என்னை ஏற்றுக் கொள். உன் அடியார் நடுவே என்னையும் சேர்த்துக் கொண்டு, துன்பங் களில் நிறைவும், துயரங்களில் மகிழ்ச்சியும் பெறும் உன் அடியாளர்களோடு என்னையும் கலிலீ கடலுக்கு அழைத்துச் செல்," என்று வேண்டினாள்.

பிறகு, அவள் எழுந்தாள். என்னைப் பார்த்தாள். "நான், இனி, பயங்கர இருட்பேய்கள் வாழும் இருண்ட குகைக்குத் திரும்புகிறேன். அன்பரே, என் மீது இரக்கப்படாதீர்கள் ஏனென்றால், இறைவனின் நிழலை, ஒரு முறை கண்டுவிட்ட ஆன்மா, அதன் பிறகு, எந்தப் பேய் பிசாசுகளைக் கண்டும் அஞ்சாது. ஒரு முறை சுவர்க்கத்தைக் காணும் கண்கள், உலகின் வேதனைகள் கண்டு ஒருபோதும் மூடிக்கொள் ளாது," என்றாள்.

இப்படிச் சொல்லிவிட்டு, செல்மா, பிரார்த்தனை மண்ட பத்தை விட்டுச் சென்றாள். நான் என் எண்ணக் கடலில் மூழ்கி விட்டேன். கடவுள் அரியணையில் வீற்றிருக்க, தேவதை கள் மனித வாழ்வின் செயல்களைப் பதிவு செய்து எழுதிக்

முறிந்த சிறகுகள்

கொண்டிருக்க, உயிர்கள் தம் வாழ்வின் அவலத்தைச் சொல்லிக் கொண்டிருக்க, வானுலக மணப்பெண்கள், காதல், கவலை, அழியாமை பற்றிய தேவ கீதங்கள் பாடும் ஓர் உலகில் நான் ஆழ்ந்து போனேன்.

இரவு வந்து விட்டது. நான் என் மயக்கத்திலிருந்து விழித்துக் கொண்டேன். தோட்டத்தின் நடுவே நான் நின்று கொண்டிருப்பதை உணர்ந்தேன். செல்மாவின் ஒவ்வொரு சொல்லும் எதிரொலிக்க, அவளது மௌனம், செயல்கள், அங்க அசைவுகள், உணர்வு வெளிப்பாடுகள், அவளது கை ஸ்பரிசம் எல்லாம் என் நினைவிற்கு வர, விடைபெறலின் அர்த்தத்தையம், தனிமையின் வேதனையையும் நினைத்துக் கொண்டேன். நான் சலித்து, மனமுடைந்து போனேன்.

மனிதன் சுதந்திரமாகப் பிறந்தாலும், முன்னோர்களின் கொடிய சட்டதிட்டங்களுக்கு அடிமைப்பட்டுத்தான் வாழ வேண்டி வருகிறது என்பதை அப்போதுதான் முதன் முதலாகக் கண்டு கொண்டேன். மாறாதது என்று நாம் நினைக்கும் அந்த வானுலகம், நாளையின் விருப்பத்தின் இன்றைய பணிவு, இன்றைய விருப்பத்தின் நாளைய பணிவு -

அன்று இரவு முதல், வாழ்வை விட சாவையே செல்மா தேர்ந்தெடுக்க வைத்த அந்த ஆன்ம விதியைப் பற்றி பல முறை நினைத்துக் கொள்ள ஆரம்பித்தேன்; தியாகத்தின் பெருந்தன்மைக்கும், கலகத்தின் மகிழ்ச்சிக்கும் இடையில் உள்ள வேறுபாட்டை ஒப்பிட்டுப் பார்த்தேன், பலமுறை; எது மேலானது, எது அதிக அழகானது என்று கண்டுபிடிக்க. ஆனால், இதுநாள்வரை ஒரே ஒரு உண்மையைத்தான் நான் வடிகட்டி எடுத்தேன். அந்த உண்மைதான் நேர்மை. அந்த நேர்மை, செல்மா கராமியிடம் இருந்தது.

10
மீட்பர்

செல்மாவின் திருமணம் முடிந்து ஐந்து ஆண்டுகள் கழிந்து விட்டன. அந்த வெறுக்கும் உயிர்கள், ஒன்றாகக் கட்டுப்படத் துணைபுரியும் குழந்தைகள், அவர்களுக்குப் பிறக்கவே இல்லை.

சந்ததிகள் மூலம் தங்கள் மரபை நிலைநிறுத்திக் கொள் ளும் ஆண்கள், மலடியை வெறுப்புடன்தான் பார்க்கிறார்கள்.

வசதி படைத்த ஆண்மகன், பிள்ளை பெறாத தன் மனைவியைத் தன் எதிரியாகவே நினைக்கிறான்; அவளை வெறுக்கிறான்; அவளைக் கைகழுவி விடுகிறான்; மன்சூர் பே காலிப் அப்படிப்பட்டவன். அவன் பொருளில் மண்ணைப் போன்றவன். எஃகைப் போல் வலிமையானவன். புதைகுழி போலப் பேராசையுடையவன். தன் பெயர் விளங்க ஒரு குழந்தை வேண்டிய அவன், செல்மாவை வெறுத்தான், அவள் அழகும், இனிமையும் நிறைந்தவளாக இருந்தும் கூட!

குகையில் வளரும் மரம் கனி தராது. வாழ்வின் நிழ லிலேயே வாழ்ந்து விட்ட செல்மாவுக்குப் பிள்ளை பிறக்க வில்லை.

இராப்பாடிப் பறவை ஒரு கூண்டுக்குள் தன் கூட்டை அமைப்பதில்லை; தன் குஞ்சுகள் அடிமைச் சிறையில் வாழாமல் இருப்பதற்காக....செல்மா துக்கத்தின் கைதி.

இன்னொரு அடிமை அவள் வாழ்வில் பங்கு கொள்ள, வானுலகம் அருள் செய்யவில்லை. தோட்டத்து மலர்கள், கதிரவனுக்கும் இயற்கைக்கும் பிறந்த அன்புக் குழந்தைகள். மனிதரின் குழந்தைகளோ, காதல், கருணையின் மலர்கள்....

ராஸ் பேரூத்தில் இருந்த செல்மாவின் இல்லத்தில், காதலின் உயிர்ப்பும், கருணையும் என்றும் ஆதிக்கம் செலுத்தியதில்லை. அவ்வாறிருந்தும், ஆறுதலும் ஆதரவும் பெற ஒரு குழந்தை வேண்டுமென்று ஒவ்வொரு இரவும், செல்மா இறைவனின் முன் மண்டியிட்டு வேண்டிக் கொண்டாள்... வானுலகம் கருணை காட்டும் வரை அவள் தொடர்ந்து வேண்டிக் கொண்டே இருந்தாள்...

குகையின் மரம் பூப்பூத்துக் கனி பெற்றது, கடைசியில். கூண்டுப் பறவையான இராப்பாடி, தன் சிறகுகளைக் கொண்டே ஒரு கூடு கட்டியது.

வானத்தின் பரிசைப் பெற, செல்மா வானை நோக்கித் தன் விலங்கு பூட்டிய கரங்களை உயர்த்தினாள்.தான் தாயா கப் போவதை விட, இந்த உலகில், அவள் வேறெதற்கும் மகிழ்ச்சியடைவதாகத் தோன்றவில்லை...

அவள் ஆவலோடு காத்திருந்தாள். சுவர்க்கத்தின் இனிய கீதமாய், தன் குழந்தையின் குரல், தன் காதுகளில் ஒலிக்கப் போகும் அந்த நாட்களை எண்ணிக் கொண்டிருந்தாள்...

அவள் தன் கண்ணீரின் வழியாக, ஒளிமயமான எதிர் காலத்தின் விடியலைக் கண்டாள்....

நிசான் மாதத்தில் ஒரு நாள், அவளுக்குப் பிரசவ வலி எடுத்தது. அவளைப் படுக்கையில் கிடத்தினார்கள். வாழ்வும் சாவும் போராடிக் கொண்டிருந்தது. மருத்துவரும், தாதியும், ஒரு புதிய விருந்தினரை இந்த உலகிற்குக் கொண்டு வரக்

காத்திருந்தனர். பின்னிரவில், செல்மா தொடர்ந்து அழத் தொடங்கினாள்... ஒரு வாழ்க்கையிலிருந்து இன்னொரு வாழ்க்கையைப் பிரித்தெடுப்பதற்கான அழுகை... அசையாத பெரும் சக்திக்கு முன்னால், ஒரு பலவீனமான சக்தியின் அழுகை... வாழ்வு, சாவின் காலடியில் கிடந்த பரிதாபத்திற் குரிய செல்மாவின் அழுகை.

விடியற்கால வேளையில் செல்மா ஒரு குழந்தையைப் பெற்றெடுத்தாள். அவள் கண்களைத் திறந்து பார்த்தபோது, அறையெங்கும் சிரித்த முகங்களைக் கண்டாள். அதே சமயம், வாழ்வும், சாவும் தன் படுக்கையருகில் போரிட்டுக் கொண்டிருப்பதையும் கண்டாள். அவள் கண்கள் மூடி அழுதாள். "ஓ, என் மகனே" என்று முதன் முதலாகப் பேசினாள். தாதி, குழந்தையைப் பட்டுத் துணியில் சுற்றித் தாயருகே கிடத்தினாள். ஆனால், மருத்துவர், செல்மாவைப் பார்த்தபடி, சோகமாகத் தலையசைத்துக் கொண்டிருந்தார்.

மகிழ்ச்சிக் குரல்கள் பக்கத்து வீட்டுக்காரர்களை எழுப்பி விட்டன. ஒரு வாரிசு பிறந்ததை முன்னிட்டு, தந்தையைப் பாராட்ட அவர்கள் விரைந்தனர். ஆனால், மருத்துவர் செல்மாவையும், குழந்தையையும் பார்த்தபடி தலையசைத்துக் கொண்டிருந்தார்....

வேலையாட்கள், அந்த நல்ல செய்தியை மன்சூர் பேக்குத் தெரிவிக்கச் சென்றார்கள். ஆனால், மருத்துவர், செல்மாவை யும், அவள் குழந்தையையும் ஏமாற்றத்துடன் பார்த்துக் கொண்டிருந்தார்.

விடிந்தபோது, செல்மா தன் குழந்தையை எடுத்து மார் போடு அணைத்துக் கொண்டாள். குழந்தை தன் கண் களைத் திறந்து முதல் முறையாகத் தன் தாயைப் பார்த்தது. கண்களில் ஒரு நடுக்கம் தோன்றியது; பிறகு கடைசித்

முறிந்த சிறகுகள்

தடவையாக அவை மூடிக் கொண்டன. மருத்துவர், செல்மாவின் கைகளிலிருந்து குழந்தையை எடுத்தார். அதன் கன்னங்களில் கண்ணீர்த் துளிகள் சிந்தின. பிறகு, "விடை பெற்றுக் கொள்கிற விருந்தாளி" என்று மெதுவாகச் சொன்னார்.

அந்த இல்லத்தின் விசாலமான அறையில், அண்டை அயலார்கள், புதிய வாரிசின் நலத்திற்காகக் குடித்து மகிழ்ந்து, அதன் தந்தையுடன் கொண்டாடி மகிழ்ந்து கொண்டிருந்த வேளையில், அந்தக் குழந்தை உயிர் நீத்தது. செல்மா, மருத்துவரைப் பார்த்தாள். "என் குழந்தையை என்னிடம் கொடுங்கள். நான் அதைத் தழுவிக் கொள்கிறேன்" என்று கெஞ்சினாள்.

குழந்தை இறந்து விட்டது என்றாலும், மதுக் கோப்பைகளின் ஓசை பக்கத்து அறையிலிருந்து கேட்டுக் கொண்டு தானிருந்தது...

அந்தப் பிள்ளை வைகறையில் பிறந்து, விடியலில் இறந்து போனான்...

ஒரு எண்ணம் போலப் பிறந்து, ஒரு பெருமூச்சுப் போலவும், ஒரு நிழலைப் போலவும் அவன் இறந்து போனான்.

தன் அன்னைக்கு ஆறுதலும், நிம்மதியும் தர, அவன் உயிர் வாழ்ந்திருக்கவில்லை.

அவன் வாழ்வு, இரவின் இறுதியில் ஆரம்பமாகி, பகலின் ஆரம்பத்தில் முடிந்து போனது; இருளின் கண்ணீர்த் துளி, ஒளி தொட, மறைந்து விட்டதைப் போல.

கடற்கரை அலைகளால் கொண்டு வரப்பட்ட முத்து, பெரும் அலைகளால் கடலின் அடியாழத்திற்குக் கொண்டு செல்லப்பட்டது போல.

கலீல் ஜிப்ரான்

வாழ்வின் மொட்டில் மலர்ந்த அல்லி, மரணத்தின் காலடியில் மிதித்து நசுக்கப்பட்டது போல.

அந்த அருமையான விருந்தாளியின் தோற்றம், செல்மாவின் இதயத்தில் ஒளியேற்றியது. அதன் புறப்பாடு, அவள் ஆன்மாவைக் கொன்றது.

இதுதான் மனித வாழ்வு. இதுதான் ஒரு நாட்டின் வாழ்வு; கதிரவன், நிலா, விண்மீன்களின் வாழ்வு.

செல்மா, டாக்டரை உற்றுப் பார்த்து, "என் குழந்தையைக் கொடுங்கள். அதற்கு நான் பால் கொடுக்கிறேன்" என்று சொல்லி அழுதாள்.

மருத்துவர் தலைகுனிந்தார். அவர் குரல் அடைத்துக் கொண்டது. "உன் குழந்தை இறந்து விட்டதம்மா. பொறுமையாக இரு" என்றார்.

மருத்துவர் சொன்னதைக் கேட்டதும் செல்மா பயங்கரமாக அலறினாள். பிறகு, ஒரு கணம் அமைதியாக இருந்தாள். அப்புறம், மகிழ்ச்சியோடு சிரித்தாள். எதையோ கண்டுபிடித்து விட்டதைப் போல அவள் முகம் பிரகாசமடைந்தது. பிறகு அமைதியாகச் சொன்னாள்: "என் குழந்தையைக் கொடுங்கள். அதை என்னருகே கொண்டு வாருங்கள். அதன் மரணத்தை நான் பார்க்கட்டும்!"

மருத்துவர், குழந்தையை எடுத்துச் சென்று செல்மாவின் கைகளில் வைத்தார். அவள் அதைத் தழுவிக் கொண்டாள். பிறகு சுவரின் பக்கமாகத் தன் முகத்தைத் திருப்பி, இறந்த குழந்தையைப் பார்த்து, "என் மகனே, நீ என்னை அழைத்துச் செல்ல வந்தவன். கடற்கரைக்குச் செல்ல எனக்கு வழிகாட்ட வந்தவன். இதோ வந்து விட்டேன், என் குழந்தாய். எனக்கு

முறிந்த சிறகுகள்

வழி காட்டு. இந்த இருள் குகையை விட்டுச் செல்ல, என்னை அழைத்துச் செல்" என்று கூறினாள்.

ஒரு நிமிடத்தில், சாளரத் திரைகளைத் துளைத்துக் கொண்டு வந்த கதிரவனின் கதிர்கள், படுக்கையில் கிடந்த இரு அமைதியான உடல்களின் மேல் விழுந்தன. அமைதியின் எல்லையற்ற பெருமிதத்தாலும், சாவுச் சிறகுகளின் நிழலாலும், அவை காவல் காக்கப்பட்டிருந்தன. கண்ணில் கண்ணீருடன் மருத்துவர் அந்த அறையை விட்டகன்றார். அவர் அடுத்திருந்த பெரிய அறையை அடைந்தபோது, விழாக் கோலம், ஈமச் சடங்காக மாறி விட்டிருந்தது. ஆனால், மன்சூர் பே, ஒரு வார்த்தை பேசவோ, ஒரு சொட்டுக் கண்ணீர் சிந்தவோ இல்லை. தன் வலக்கரத்தில் ஒரு மதுக் கோப்பையை ஏந்தியபடி அவன் அசையாமல் சிலை போல் நின்று கொண்டிருந்தான்.

இரண்டாவது நாள், வெள்ளை மண ஆடை அணியப்பட்டு, செல்மா, சவப்பெட்டியில் வைக்கப்பட்டாள். குழந்தை துணியால் பொதியப்பட்டிருந்தது. அவனுடைய தாயின் கரங்களே அவனுக்குச் சவப்பெட்டியாயிற்று. நான் சவ ஊர்வலத்தில் கலந்து கொண்டு, பயபக்தியுடன் மயானத்தை நோக்கிச் சென்றேன்.

கல்லறைத் தோட்டத்தை அடைந்ததும், பிஷப் காலிப் மந்திரங்கள் சொன்னார். மற்றவர்கள் பிரார்த்தனை செய்தனர். அவர்களுடைய இருண்ட முகங்களில் அறியாமையும், வறுமையும் திரையிட்டிருந்தன.

சவப்பெட்டி கீழே குழியில் இறக்கப்பட்டபோது, அருகில் இருந்த ஒருவர், "இரண்டு சவங்கள் ஒரே சவப்பெட்டியில் வைத்து அடக்கம் செய்யப்படுவதை, இப்போதுதான், என்

வாழ்க்கையில் முதன் முதலாகப் பார்க்கிறேன்" என்று மெல்லிய குரலில் சொன்னார்.

"இந்த இரக்கமற்ற கணவனிடமிருந்து மீட்டுச் செல்லத்தான், இந்தக் குழந்தையே வந்ததைப் போல் தோன்றுகிறது" என்று இன்னொருவர் கூறினார்.

மூன்றாமவர் சொன்னார்: "மன்சூர் பேயைப் பாருங்கள். வானத்தை வெறித்துப் பார்க்கிறான். அவன் கண்கள் கண்ணாடியால் செய்யப்பட்டவை போலத் தோன்றுகின்றன. ஒரே நாளில், மனைவியையும், குழந்தையையும் இழந்தவனைப் போலவே அவன் தோன்றவில்லை."

நான்காவது மனிதர் சொன்னார்: "இவனுடைய மாமனாகிய பிஷப், இவனுக்கு, வலிமையும், வசதியும் உள்ள ஒரு பெண்ணை நாளைக்கே மணம் முடித்து வைத்து விடுவார்."

பிஷப்பும், பாதிரியார்களும் மந்திரங்கள் சொல்லிக் கொண்டும், பாடிக் கொண்டும் இருந்தனர், வெட்டியான் புதைகுழியை மூடும் வரை. பிறகு, சுற்றி நின்ற மக்கள், பிஷப்பையும், அவர் மருமகனையும் அணுகி, மரியாதை செலுத்தி, தங்கள் இரங்கலை இனிய சொற்களால் தெரிவித்துக் கொண்டார்கள். ஆறுதல் சொல்வார் யாருமின்றி நான் தன்னந்தனியே நின்று கொண்டிருந்தேன். செல்மாவும், அவள் குழந்தையும் இப்போது எனக்கும் ஒன்றுமில்லாதவர்களாக ஆகிப் போனார்கள்.

வழியனுப்ப வந்தவர்கள், கல்லறையை விட்டுப் புறப்பட்டார்கள். வெட்டியான், புதிய புதைகுழியருகே, கையில் மண்வெட்டியுடன் நின்று கொண்டிருந்தான்.

நான் அவனை அணுகி, "ஃபர்ரிஸ் எபாண்டி கராமி எங்கே அடக்கம் செய்யப்பட்டார் என்பது உனக்குத் தெரியுமா?" என்று கேட்டேன்.

அவன் ஒரு கணம் என்னைப் பார்த்தான். பிறகு, செல்மாவின் புதைகுழியைச் சுட்டிக் காட்டி, "அங்கேதான். அவருடைய மகளை, அவருக்கு மேலேயும், அந்தக் குழந்தையை, அவருடைய மகளின் மார்பிலும் நான் வைத்து விட்டேன். எல்லாருக்கு மேலேயும் இந்த மண்வெட்டியால் மண்ணைப் போட்டு மூடி விட்டேன்" என்று சொன்னான்.

அப்புறம் நான், "இந்தக் குழியில் நீ என் இதயத்தையும் புதைத்து விட்டாய்" என்று கூறினேன்.

வெட்டியான், பாப்ளார் மரங்களுக்குப் பின்னால் சென்று மறைந்து விட்ட பிறகு, என்னால் அதற்கு மேலும் தாங்கிக் கொள்ள முடியாமல், செல்மாவின் புதைகுழி மீது விழுந்து அழ ஆரம்பித்தேன்……